प्रतिद्वंद्वी

आशा बगे

D9900514

मेहता पब्लिशिंग हाऊस

Please contact us at **Mehta Publishing House,** Pune 411030.
Email : production@mehtapublishinghouse.com
Website : www.mehtapublishinghouse.com

PRATIDWANDWI by ASHA BAGE

प्रतिद्वंद्वी : आशा बगे / कथासंग्रह

Email : author@mehtapublishinghouse.com

© आशा बगे

प्रकाशक : सुनील अनिल मेहता, मेहता पब्लिशिंग हाऊस,
१९४१ सदाशिव पेठ, माडीवाले कॉलनी, पुणे - ४११ ०३०
अक्षरजुळणी : इफेक्ट्स, २१/६ब, आयडिअल कॉलनी, कोथरूड, पुणे ३८.

मुखपृष्ठ : चंद्रमोहन कुलकर्णी
प्रकाशनकाल : ऑगस्ट, २००५ / एप्रिल, २००७ / पुनर्मुद्रण : जून, २०१७

P Book ISBN 9788177665765
P Book ISBN 9789387789395
E Books available on : play.google.com/store/books
www.amazon.in
https://books.apple.com

विद्याधर पुंडलिक,
तुमच्या कथेला–

– आशा बगे

अनुक्रमणिका

दुसरा / १

किती दूर / ३४

निर्मोही / ६४

सखी / १०१

दुसरा

कार्तिकने लिहायला सुरुवात केली. मणीने कालच आणून दिल्यासारख्या वह्या कोऱ्या, न उलगडलेल्या आणि हाताशीच अशा होत्या. त्यावर त्याने पहिल्याच ओळी लिहिल्या... बोटांना पेनची पकड जाणवली नाही. तरी नेटाने त्याने त्या ओळी वहीच्या कागदावर ओतून पाहिल्या, पेनाशिवाय बोटांनीच. मनात इतके सगळे साचून राहिले होते, की आता पेन हे केवळ निमित्तच असेल, हे त्यालाच कळले. तरीपण उपचार म्हणून पेन किंवा त्यासारखे काही, कदाचित साधी पेन्सिल, जराशी पसरट टोकाची बरी राहिली असती, असे जाणवले. त्या फिजिओथेरपिस्टने करवून घेतल्याप्रमाणे बोटांच्या चिमटीच्या लहान बारीकशा हालचाली केल्या... आणि स्वत:ला त्या वहीतल्या कोऱ्या पानांच्या स्वाधीन करून टाकले.

...मणीने मला माडीवरच्या खोलीत पलंगावर आणून निजवले आणि समोरची खिडकी उघडली. नजरेत आले ते समोरचे आभाळ. दुपारचे. कोरे करकरीत. या वहीतल्या पानांसारखे, आणि आभाळाचा निळा रंग पांढऱ्याकडे झुकलेला. आभाळ अतिशय संथ होते. पाखरं, पक्षी, ढग, विमान असा लहानसा ओरखडाही त्यावर नव्हता. आभाळ इतके कोरे करकरीत नि:संग असू शकते, हेच प्रथम कळले, आधी कळले. मग दिसले. आणि लगेचच लक्षात आले की हा तर चक्क आईसारखाच विचार करतो आहोत आपण! नि:संग हा शब्दही तर तिचाच! ती फिजिओथेरपिस्टही अशीच! तिच्या भावना समजतच नाहीत. बोलणे एकसुरी. कुठलेही चढउतार नाहीत. जशी एक्सरसाईज देताना कॅसेटच लावली आहे. टेप केलेली. तिच्या सूचनांची. बोटे दुखली म्हणून त्याने लिहिणे थांबवले....

त्याच्या कारचा आणि समोरून भरधाव येणाऱ्या कारचा तो अपघात झाला तो अशाच चिडीचूप दुपारी. भर उन्हात रस्त्यात जणू चिटपाखरू नसावे. त्याची कार

आणि समोरून मरणासारखी चालून येणारी दुसरी... तो वाचला तरी! त्या कारमधला तर जागीच.... भवताली आगीसारखी पेटलेली दुपार आणि तो भवतालचा दबा धरून बसलेला मृत्यू... हॉस्पिटलमध्ये महिना काढला. घरी येऊनही पंधरा दिवस झालेत. अजून अंथरुणावरच आहे. पलंगावरच. हाता-बोटांचे काही एक्सरसाईज सुरू आहेत. अजून उठून बसता येत नाही. मानेवर जबरदस्त आघात झालाय, शिवाय मल्टिपल फ्रॅक्चर...

जिन्यावर पावले वाजली ती मणीची. त्याचे सकाळचे सगळे आटोपून ती घाईघाईने ऑफिसला जाण्यापूर्वी त्याला सांगायला म्हणून आली.

"अं! जाऊ मी?" तिने विचारले.

"जातेस?" तो म्हणाला.

"जायला हवं. महिना झाला सुट्टी झाली. याहून जास्त."

ती थांबली. ती जे बोलली त्यापेक्षा न बोललेले जास्त होते; आणि ते त्याला कळलेच. तिला ऑफिसला जायची घाई असते, ती वेळेवर जाणे जमावं म्हणून तर असतेच; पण तिला या सगळ्या अंगावर आलेल्या रुटीनपासून सुटकाच हवी असते. हेही त्याला कळलेच. ती घाईने निघून गेली, तिने शिंपडलेल्या सेंटचा वास मागे रेंगाळला. जिन्यावरून तिची उतरती पावले ऐकू येईनाशी झाली आणि त्यालाही जरा सुटल्यासारखेच झाले. हा अपघात झाल्यापासून त्याला मणीचे एक दडपणच येत होते. ती घरून हॉस्पिटलला यायची वेळ झाली, की ते दडपण यायचे.

हॉस्पिटलमधून डिसचार्ज मिळाल्यावर तिनं विचारलं,

"तुला कुठं राहायला आवडेल? वर की खाली?"

"वरच." तो तात्काळ म्हणाला.

"मलाही तेच वाटतं. खाली सारखी वर्दळ. पुन्हा मावशी खूप वरच्या पट्टीत बोलत असतात सारख्या. तुला त्याचा त्रासच होईल."

मुली मात्र म्हणाल्या, की बाबांना खालीच असू दे. वरपेक्षा खालीच मन रमेल त्यांचं म्हणून... मणी ऑफिसला निघून गेल्यावर खोल श्वास घेऊन आणि सोडून कार्तिकने स्वत:ला मोकळे करून घेतले. समोरच्या भिंतीवर सोनालीने– त्याच्या मोठ्या मुलीने– केलेले पेंटींग होते. तिकडे तो पाहू लागला. सोनूला रंगांची, रेषांची विलक्षण जाण आहे, हे त्याला माहीत आहेच. सोनूचा त्याला अभिमान आहे. ती काहीशी तेज आहे, तिच्या आईसारखी. दिसतेही मणीसारखीच. आणि हट्टीही तशीच आहे. जरा मनाविरुद्ध झाले की हिचा चेहरा बदलतो. भिंतीवरचे चित्र एका आदिवासी बाईचे आहे. अंगात ब्लाऊज नाही आणि कडेवर मूल– मूल अगदीच किडकिडीत. बरगड्या दिसतात त्याच्या... खायला न मिळाल्यासारखे ते

मूल... पोट मोठे, हाता-पायाच्या काड्या... शेजारच्या धिरणीकरांच्या गच्चीवर मिसेस धिरणीकर तिच्या लहान मुलाला कडेवर घेऊन त्याचे कपडे एका हाताने तारेवर वाळत घालत होती. दहाच वाजत होते, तरीही गच्चीवर ऊन तापत होते. वर हवाही असावी. तिची ओढणी उडत होती आणि कडेवरच्या त्या गबदुल मुलाचे कुरळे-भुरे जावळही. ती धिरणीकर निघून गेली. तिने तारेला लटकवलेले कपडे तेवढे राहिले. त्या चिमुकल्या कपड्यांनी ती अवघी तार भरून गेली होती... आणि सोनालीने काढलेल्या चित्रातल्या मुलाला कपडेच नव्हते...

मावशी त्याचे जेवणाचे ताट घेऊन वर आल्या, त्याच्या बाजूला स्टूल सरकवून त्यांनी त्यावर ताट ठेवले.

जिना चढून दम लागल्याने जरा भिंतीला टेकल्या.

"तुम्ही कशाला आलात मावशी?" तो जिव्हाळ्याने म्हणाला.

"अकरा वाजले! मणीचा फोन येतो मग, दिलं का जेवायला म्हणून!" त्यांचा मोठा कर्कश्श टिपेतला आवाज कानावर आदळलाच... किती जवळ होता तो! आणि त्या केवढ्याने बोलत होत्या!

"आज ती नवी बाई आली नाही." मावशींनी तक्रार केली. ही नवी बाई दिवसभराला मणीने सध्या मुद्दामच ठेवली...

"म्हणजे आता मलाच मरावं लागणार..." मावशी कुरकुरल्या. असे कुरकुरणे मावशींना आवडते. कार्तिक ऐकून घेतो. म्हणून मग कार्तिकजवळ त्यांना स्फुरण चढते... कार्तिक फक्त हसला.

"जेवून घ्या गरम, मला खाली काम आहे." त्या घाई करायला लागल्या. कार्तिकच्या पलंगाची उशाकडची बाजू त्या वर करायला लागल्या.

"मला भूक नाही मावशी, इतक्यात. मधुरा आली की मग खाऊ घालेल."

"मधुरा आज सकाळीच शाळेत गेली."

"शाळा सुरू झाल्या?"

"तर!"

मधुरा लहान आहे. ती आता कॉलेजमध्ये जाते तरी मावशी शाळाच म्हणतात, म्हणून सगळे घरही मधुराच्या कॉलेजला शाळाच म्हणते.

"मला भूक नाही" मावशींकडून भरवून घेणे त्याला अगदी नकोच वाटले.

"सारं गारढोण होईल; मणी मला बोलेल."

"पण गारढोण झालं आहे, हे बाईंना कळलं तर ना!" तो हसून म्हणाला.

"तरी मणीला सगळं समजतं. ऑफिसमधून वासच येतो तिला." म्हणत पुटपुटत मावशी जिन्याकडे गेल्या. उगाचच कण्हत. त्यांना जिना चढायला त्रास होतो हे त्याला कळावे म्हणून मुद्दाम 'रामा रे रामा' वगैरे निरर्थकच पुटपुटत...

मावशी मणीच्या दूरच्या नात्यातल्या. नात्यातल्याही नाहीतच, तिच्या माहेरच्या परिवारातल्या. सोनूच्या जन्मापासून मणीजवळ आहेत. विशिष्ट असे नाते नाही म्हणून त्या कोणीही असू शकतात. आणि कधी कोणीच नसतात...

कार्तिक डोळे मिटून पडला. आता ऊन वाढते आहे. उन्हाचा पूर्वीचा चटका गेला, पण ही वेळच ऊन चढण्याची होती. खिडकीतून दिसणाऱ्या धिरणीकरांच्या गच्चीवरही ऊनच ऊन होते. तारेवर लटकवलेले कपडे गरम हवेत फडफडत होते. पण खिडकीचा पडदा सरकवायला हवा होता.

'झोपलात बाबा?' सोनाली विचारत होती.

"नाही ग! डोळ्यांवर प्रकाश येत होता.''

मग तिने गच्चीच्या बाजूच्या खिडकीचा पडदा ओढला. समोरच्याही खिडक्यांचे पडदे सोडले. कार्तिकच्या मनात आले.

...रंगमंचावर सोनूचा प्रवेश झाला आहे. मनातली कल्पना तशी त्यालाच फुसकी वाटली; पण ती मधुराजवळ बोलून दाखवता आली असती. मधुराचे नि त्याचे तसे नातेच आहे लवचिक. सोनू जरा गंभीरच आहे.

"अन्न गार झालं बाबा. मावशी आणून कशाला ठेवतात!'' ती डाफरली.

"मला भूक नाही हे त्यांना कसं कळावं!'' त्याने आपल्याकडून मावशीची बाजू धरून उचलली. उगाच मणीने बोलायला नको!

"आणि आईनं पडदे सोडायचे नाहीत का! केवढं ऊन आलं!''

"ती गेली तेव्हा ऊन नव्हतं ना पण!'' तो म्हणाला. सोनू खालून वेगळं जेवण घेऊन आली. आधीचं ताट ती खाली घेऊन गेली. ती आता मावशींना बोलेल आणि मग मणीला कळेल. मावशींना मणी रागवेल... ते सगळे त्याच्यामुळे, असे दडपण कार्तिकला आले. सोनू त्याचे दुसरे ताट आणीपर्यंत त्याने पुन्हा डोळे मिटून घेतले. मनाशी एक अनोखा खेळ सुरू केला.

"ऊन कोणासाठी पडतं? त्याने स्वतःलाच विचारले. केवळ माझ्याकरताच.''

"ती समोरची गच्ची कोणाकरता? फक्त माझ्याकरताच.''

"ते कपडे कुणाकरता हवेत उडतात? अर्थात माझ्याकरताच.''

"जिन्यावर पावलं वाजतात ती कोणाकरता? माझ्याकरताच.''

"रंगमंचावरचे हे सगळे प्रवेश कोणाकरता! माझ्याकरता.''

सोनू विचारत होती.

"थकलात बाबा! भूक लागली ना!''

"नाही ग!'' तो म्हणाला. तिला आपल्या खेळात सामील करून घ्यावेसे वाटले. पण तो शांत राहिला. सोनूने त्याला कुशीवर केले. स्टूल जरा दूर केले. ताट त्यावर. डाव्या हाताला जरा बरी पकड होती. त्याच्या दोन बोटांच्या पकडीत

चमचा दिला. दोन-चार घास खाऊ दिले. मग सोनू तिच्या आईसारखेच म्हणाली,

''घाबरू नका बाबा, नर्व्हस नका होऊ! मीच खाऊ घालणार आहे. पण शेवटी तुम्हांलाच आले पाहिजे म्हणून...'' सोनू भरवायला लागली. तोंडात घास असतानाच त्याने सांगितले.

''सोनू, तुझं चित्र मला फार आवडलं.''

''ते पेंटींग, बाबा?''

''हो.''

''रंगरेषा कळतात तुम्हांला, बाबा?''

''इतके दिवस नव्हतं कळत, पण आता...''

''आता काय!''

''तू हे सगळं माझ्याचकरता काढलंस असं मला वाटतं.''

''पण मी हे तुमच्याकरता नाही काढलं काही.''

''मग कोणाकरता?''

''कुणाकरता असं नाही, प्रत्येक गोष्ट अशी कुणाकरता, कशाकरता म्हणून नसते काही.''

''तरीपण मला वाटतं, सगळ्या रंगरेषांचं जरी नसलं तरी या तुझ्या रंगरेषा मात्र केवळ माझ्याकरताच...''

''काहीतरीच काय, बाबा! ते सगळं मी माझ्या आनंदाकरताच करते..''

''मी त्याचा उद्देश नाही विचारत सोनू, एखाद्या गोष्टीचं अस्तित्वच कधी असं कशाकरता तरी असतं नकळत!''

''मला नाही कळत.''

''बरं एक सांग. मला हा असा अपघात तरी कशाकरता?''

''कशाकरता काय बाबा? तो अपघातच शेवटी!''

''अगं सोनू, एकमेकांशी संबंध नसलेल्याही दोन भिन्न गोष्टींचं अस्तित्व कधी कधी एकमेकांकरता असू शकतं.''

''मला नाही समजत तुमचं.'' म्हणत ती उठली. त्याच्या तोंडाला पाणी लावले. गुळणा करवला. कूलर सुरू केला.

''जाऊ मी बाबा?''

''कॉलेज...''

''कॉलेजं अजून नीट सुरू झाली नाहीत. मैत्रिणीकडे जाते. मधुरा येईलच आता...''

''तिचं कॉलेज सुरू झालं?''

''तिची तर शाळा आहे. केव्हाच सुरू झाली.'' सोनू हसत म्हणाली. मधुरा

ज्युनिअर कॉलेजला आहे. ते शाळेसारखेही असते, तो हसला. सोनू जायला लागली. 'सोनू' त्याने आवाज दिला.

"त्या वह्या देतेस! आणि पेन्सिल?"

"काही लिहायचं आहे? लिहून देऊ?"

"नको, एक्सरसाईज बोटांचा बस्स..." एक्सरसाईज म्हटलं की सगळ्यांचं समाधान होतं. हॉस्पिटलमधून घरी आल्यावर मणीला वह्या मागितल्या. आणून दे म्हटलं. तर म्हणाली. "रेस्टच घे तू. काही लिहू बिहू..." म्हणता म्हणता ती थांबलीच. त्याला लिहिता येत नाही, पण मनात काहीबाही येत असेल. त्याला वाट तर द्यायलाच हवी... ती मग त्याच्या केसावरून फिरवून म्हणाली, 'मी, सोनू, मधू, कुणीही लिहून देऊ. जरा स्थिर हो मात्र."

"नाही मलाच लिहायचं आहे." तो निर्धाराने म्हणाला, तिने त्याच्याकडे अगदी आश्चर्याने पाहिले.

मग तोच म्हणाला, "एक्सरसाईज म्हणून..." यावर पूर्ण समाधान होऊन मधुराच्या रफ वह्या, कोरे कागद राहून गेलेल्या दिल्या, तेव्हा स्वत:ची नाराजी लपवत तो म्हणाला,

"मी खरंच काही लिहिणारा लेखक असतो तर मला जसं पॅड, वह्या दिल्या असत्यास, तशाच दे." तिने त्याच्या त्या लिहिण्याच्या एकूणच ऊर्मीकडे संपूर्ण अविश्वासानेच पाहिले... सोनूने दिलेल्या वह्या, पेन्सिल त्याने त्याच्या छातीवर पालथी ठेवली. बोटांत पेन्सिल धरता येत होती आता. तसे एक्सरसाईज झाले होते. फक्त पेन्सिल धरून लिहिता येणे ही वेगळी गोष्ट होती. पालथ्या ठेवलेल्या वहीच्या पानांतून तो मधले बोट फिरवू लागला. मग अंगठा आणि त्याजवळचे बोट घेऊन ते त्याने निकराने त्या कोऱ्या कागदातून फिरवले. जणू तो लिहितच होता. पूर्वीचे डौलदार अक्षरांचे वळण तर नव्हतेच... ओळीही एकात एक घुसल्या होत्या आणि एकातून एक सुटल्याही होत्या, इतस्तत:. पूर्वी मणीची नि त्याची बोटे एकात एक गुरफटावी तशा आणि आता या रुटीनमध्ये एकमेकांपासून विलग व्हावी तशा... कार्तिकने त्या ओळीतल्या 'मी'कडे पाहिले रोखून. हा 'मी' म्हणजे आपण म्हणजे कार्तिक हा प्रत्यय भिडेनाच. तो क्षणकाल स्तब्धच झाला. वहीच्या पानांतून बोटे फिरायचीच थांबली, शब्द बोटांतून स्त्रवण्यापूर्वीची ती अस्वस्थता– ते प्रचंड दडपण... आणि बोटे कागदावर वेडीवाकडी फिरू लागली. तो हळूहळू मोकळा सैलावत गेला.

... मी तर काय कोणीही असू शकतो! प्रत्येकजणच मी असू शकतो! प्रत्येकजणच जे होऊ शकेल तेच आपण कसं व्हायचं? आपल्या आपल्याच संदर्भातलं सगळं अंगावर वाहून नेणारा तो 'मी' होणं नको वाटतं. तो 'मी' दूरस्थ

परका– 'मी' ऐवजी 'तो' बरा– 'तो' म्हणून स्वत:कडे पाहता आलं की झालं. तो म्हणजे मी नव्हतो, हे तर झालंच पण तो कार्तिकही तरी होता की नाही! आई म्हणायची, नाव असतंच कुठे आपल्याला! आपण मी म्हणतो, लोक तू म्हणतात, आपण खरं म्हणजे तोच असायला हवं. स्वत:हून कुणीतरी निराळा. वेगळा, दुसरा. मणी लग्न झाल्याझाल्या 'तू' म्हणायची. नंतर सरळसरळ 'कार्तिक'– आता तर ती काहीच म्हणत नाही. अरे बघ, हे पहा... इत्यादी... सुरू असतं. सतत निकटचं जे आहे त्याला हाक मारायची गरज काय! मणी आता ऑफिसमधून फोन करते तेव्हा विचारते, कसा आहेस! काय करतोस! गेले कित्येक दिवस की महिने तिनं आपल्याला कार्तिकही तर म्हटलं नाही! ताई म्हणायची, 'अरे कार्तिक'– कार्तिक असणं म्हणजे काय असतं ते ताई हाक मारायची तेव्हा कळायचं. तेव्हा वाटायचं की खरंच आहे आपलं नाव कार्तिक...

फोनची रिंग आली. जिन्यावर पावलं वाजली. जवळचाच कॉर्डलेस त्याच्या कानाशी धरून ती दिवसभराची मुलगी म्हणाली, 'बाईंचा, फोन...'

"कसा आहेस! काय करतोस!" पलीकडून मणीने विचारले, तेव्हा त्याला एकदम फस्सकन हसू आले...

"का हसतोस?" तिने विचारले.

"असंच गं!" तो म्हणाला.

"जेवलास ना?"

"हो."

"आता चमच्यानं स्वत: थोडं खाता येतं ना? हात वर जातो ना!"

"हो गं! पण वेगळं काही विचार ना!"

"काय विचारू? हो. एक्सरसाईज द्यायला बाई आली होती?"

"अजून तिची वेळ झालीच नाही, पण माझी तब्येत, मी काय करतो हे प्रश्न सोडून काहीतरी विचार नं."

'बरं.' म्हणून मणीने फोन ठेवून दिला.

ठीक चार वाजता, एक्सरसाईज द्यायला ती बाई आली. त्याने पाहिले अगदी राईट टाईम. हिच्या येण्या-जाण्यावरून घड्याळे घ्यावीत लावून! त्याने तिच्याकडे पाहिले, हिला सरसकट सगळे बाई का म्हणतात! एक्सरसाईजवाली बाई. तिला तिचं नाव-गाव आहेच. अनू पोतदार. वय– तेहतीस. रिंग रोड, प्लॉट नं. ६२, घर नंबर....

"घर नंबर काय तुमचा!" त्याने एकदम विचारले.

"अं!" ती आश्चर्याने म्हणाली.

"कशाला?"

"असंच. कळून घ्यावासा वाटतो."

"त्याची तुम्हांला कधी गरज पडणारच नाही." ती कमालीच्या निर्विकारपणे म्हणाली.

"तसं नाही, पण माझा एक मित्र तिकडेच राहतो त्या..."

"त्यांना फिजिओथिरपीस्टची गरज आहे का?" आता त्याला एकदमच हसू फुटले.

"एवढा मी आहे अंथरुणाला जखडलेला, पुरेसा नाही का!" ती काही हसली बिसली नाही. मग तो म्हणाला,

"अहो मेल्यानंतरच सगळं सामान मिळतं ना, ते विकणाऱ्या माणसालाही वाटणारच की रोज कुणीतरी मेलाच पाहिजे म्हणून..." तो हसत म्हणाला.

"काहीतरीच टाईमपास करता तुम्ही! त्यांची आमची कशी कम्पॅरिझन! आम्ही तर तुम्हांला बरं करण्याकरताच येतो."

तो किंचित ओशाळला.

हाताचे एक्सरसाईज पटापटा झाले. आता बोटांचा आणि बोटाच्या चिमटीचाही बराच पुढे प्रवास झाला होता. बोटांनी पेन धरून कागदावर लिहिता येत होते. फक्त अक्षर किंचित दाबून लिहिणे आवश्यक, मोठी किंवा पुसट अशी येत. त्यात पूर्वीची सहजता नव्हती. गुडघ्यापासूनच्या पायाच्या पावलाचे एक्सरसाईजही निजल्यानिजल्या झाले– 'आज तुम्हांला मी उठून बसवते. मी असेपर्यंत बसायचे.' ती म्हणाली. दोन्ही हातांनी त्याला पाठीकडून उचलून तिने बसवले. त्याने स्वत:ला पूर्णपणे तिच्या स्वाधीन केले होते. ती अतिशय कृश, काटकुळी होती. ठेंगणीही होती, त्याला असं सर्व भार घेऊन उठवताना जरा तिचा श्वास फुलला. तिची वरखाली होणारी एरवीची अनाकर्षक, काहीशी सपाटच छाती– तिचा स्पर्श त्याला झाला, त्याला बरं वाटलं. चष्म्याआडचे तिचे काहीसे नि:सत्त्व डोळे; तेही त्याला आज त्याचे, त्याच्याकरता असलेले असे वाटले. ती कितीही रोड, कशीही असली तरी हा स्पर्श एका बाईचा होता. आणि पुन्हा या क्षणी तरी फक्त त्याच्याचकरता असा होता. त्याच्या नसांत एक चैतन्याचा स्रोतच जणू खेळायला लागला. पण ती विलक्षण कोरडी होती. तिचे पंतोजीपण तिच्यात या क्षणीही पूर्ण मुरूनच राहिले होते. त्याला नुसते बसवूनच ती थांबली नाही. तो लटपटत लुडकत असतानाही त्याला स्वत:चा पूर्ण आधार घेऊ देऊन तिने त्याला पलंगाच्या काठाशी सरकवून बसवले, खिडकीकडे तोंड करवून त्या गच्चीला समोर असे; आणि ती त्याच्यानिकट अगदी चिकटूनच असल्यासारखी बसली. त्याचे पाय खाली लोंबू दिले. 'हं हलवा पावलं.' तिनं हुकूम सोडला.

'एकदा एक आणि एकदा एक.'

तो थकत होता, आळसत होता, पण तिने एका हाताने तिच्या बॅगमधला छोटा पॉकेट टेपरेकॉर्डर लावला. कसलीशी धून तालात, लयीत सुरू झाली. त्या लयीत ती त्याची पावले जणू हलवायची होती. एकदा एक, एकदा एक.

''एकदा हे जमलं की मग गुडघ्यापासून खाली हलवायची'' त्या कॅसेटमध्ये तरी काही हालचाल असेल पण त्याहीपेक्षा तिचे सगळे बोलणे एकजात मख्ख एकसुरी होते. इकडे तिच्या अशा निकट स्पर्शाने त्याच्यात काहीतरी ताजे प्रवाहित होऊ पाहत होते; आणि ती... ती मूर्ख बाई निव्वळ तात्या पंतोजीसारखी हुकूम सोडत होती!

''हूं ऽऽ'' तो हुंकारला.

''झालंच आहे.'' ती म्हणाली.

कॅसेटची गरजच काय होती! तिचे अवघे शरीरच तर एक धून होऊन वाजत होते! पाच झाले. समोर गच्चीवर ती धिरणीकरबाई कपडे काढायला आलेली– पण याचे आज तिकडे लक्ष नव्हते. इतका तो इकडे एकाग्र झाला होता. तिने त्याला निजवले, घाम पुसून दिला. खाली कॉफी सांगितली, तरी तो पडूनच राहिला.

''थकलात का?'' तिने विचारले. आणि स्वत:च सांगूनही टाकले. ''उद्या तेवढा थकवा येणार नाही.'' कॉफी आली, ती न उठवताच त्याला चमच्याने पाजली. जशी त्याची आई किंवा ताई त्याच्या तापात पाजायच्या तशा.. आताच तिचे बाईपण त्याच्या नसातून शिरशिरी उमटवून गेले होते; आणि लगेचच त्याला आई नि ताईही आठवल्या... त्यालाच त्याचे आश्चर्य वाटले.

''मी लहानपणी एकदा खूप आजारी झालो'' तो म्हणाला. तिला उत्सुकता वाटलेली दिसली नाही. तसा तो एकदम विझलाच.

''तुम्ही आता चमच्यानं पाजलेत नं, त्यावरून आठवलं. माझी आईही...''

''निघू मी...'' ती मधेच म्हणाली. त्याचा विरस झालेलाही तिच्या लक्षात आला नाही. ती मूर्तिमंत फिजिओथिरपीस्टच असावी. ती गेली. आता लोक भेटायला येतील... त्याला वैताग वाटला.

... त्याचा चहा-बिहा झाल्यावर मणीनेच त्याला उठवून बसवले. मागे जरा भक्कम टेकण दिली. मणीने त्याला समोर भिंतीकडेच तोंड करून बसवले. त्याला खरे तर गच्चीकडे तोंड हवे होते. गच्चीकडे बघायचे तर आताच्या या ताणलेल्या, अवघडलेल्या स्थितीत ते जरा सोपेही नव्हते. पूर्वी या सगळ्या क्रिया एकसाथ आणि सहज होत. आता ते तसे नव्हते, अपघात झाला तेव्हा तर हाताला

स्पर्श झालेला दुसरीकडेच जाणवे. सगळ्या स्पर्शसंवेदनांचे भेंडोळे गुंतून गेलेले आणि त्याचा नियंत्रक असा कार्तिक आणि त्याच्यातला पुन्हा मीच जागेवर नव्हता.

"मणी, मला गच्चीकडे तोंड करून बसवून दे." तो म्हणाला.

"जरा वेळानं बसवून देते. चालेल?"

"समोर भिंतीवर बघावं असं काहीच नाही."

"पेपर चाळ तू तंवर..." ती म्हणाली.

पेपरमध्ये वाचावे असे त्याला काही नाही. सध्या त्याला फक्त अपघाताच्या बातम्याच वाचायला आवडतात. बाकी राजकारणाचे, सत्तेचे, पक्षांचे सारे चेहरे इथून तिथून एकच वाटतात. रंगही तोच, उन्हात रापलेला. साधा उन्हात थकलेला चेहरा, कोणी थंड पाण्याने धुवेल तर तोही किती वेगळा, ताजा वाटतो. ते सारे ताजेपण गमावलेल्या रोजच्या.. शिळ्या बातम्या. त्याने मान कलून गच्चीकडे पाहिले. धिरणीकर बाईने प्लेमॅटवर तिच्या मुलाला निजवले होते. ती एक्सरसाईज करत होती. निजून जसे दिसते त्यापेक्षा बसून वेगळे दिसते, हे त्याने स्वत:ला सांगितले. प्लेमॅटमधले बाळही झाडांच्या गच्चीवर झुकलेल्या फांद्यांची पाने हलत होती, तिकडे बघून हातपाय झाडत होते. कुशीवर होत होते. पालथे पडून सरकत होते. आईच्या लयीत जणू त्याची लय मिसळू पाहत होती. तिच्या श्वास सोडण्याच्या आणि घेण्याच्या हालचालीवरून ती चुकते आहे हे त्याला स्पष्ट दिसले, पण इथून त्याचा आवाज पोचणार नव्हता. आणि कसे चुकते हेही तो करून दाखवू शकत नव्हता. गच्चीवर ऊन आले. हातपाय हलवता हलवता बाळ झोपले असणार. धिरणीकरबाईने प्लेमॅटसकट बाळाला उचलले. तेव्हा मणी धापा टाकत बुटाचे बंद सोडत होती.

"आलीस फिरून?"

"हां."

"आज स्पीड जास्त होता का?"

"नाही तर..."

"धापा टाकते आहेस म्हणून..."

"तुला साधा टोस्ट ब्रेड की दुसरं काही?" मणीने वेगळेच विचारले.

"मला खायला नकोच मणी... निजून निजून भूकच नाही लागत."

"पण औषधं आहेत तर काही खावं लागेलच."

"मणी लहानपणी मला एकदा खूप ताप आला होता. माझी बारावीची परीक्षा दोन दिवसांवर होती..." तो सांगायचे राहून गेलेले सांगू लागला.

"मला आज खूप घाई आहे. तुला बेडपॅन हवं का? म्हणजे मग मी

बाथरूममध्ये...'' मणीने वेगळंच विचारलं. तो ओशाळला. त्याने नाही अशी मान हलवली.

"माझ्यासमोर होऊन गेलं म्हणजे बरं ना! पुन्हा स्पंजिंगच्या आधी...''

त्याचा ओशाळा चेहरा मणीला दिसलाच नाही. तिने त्याला निजवून दिले आणि गच्चीकडचा पडदा ओढला. ऊन येत होते. प्रकाश डोळ्यावरच येत होता म्हणून; नाही तर त्याला खिडकी उघडीच आवडत होती.

मधुरा स्पंजिंगचं पाणी घेऊन आली. मधूचे स्पंजिंग त्याला आवडते. एका हाताने त्याला सांभाळून एका हाताने ती पुसते. तिच्या गोऱ्या गुलाबी नाजूक तळव्यांनी. तिचे मोठे बोलके डोळे सारखे बोलत असतात. आणि तीही बोलत असते. मधूने त्याचा शर्ट काढला. गुंड्या काढून दिल्या. मणी, सोनू त्याला गुंड्या काढायला, लावायला लागतात. एक्सरसाईज म्हणून. पण मधू सगळंच करते. मनापासून......

"तुझी आई गेली का ग?''

"हो मघाच!''

"मला...''

"मी देते ना...'' तिने केवळ त्याच्या स्वरावरूनच ताडले.

"सॉरी मधू...''

"नो सॉरी बाबा...'' ती त्याला बिलगून म्हणाली. तिचे त्याचे नातेच वेगळे होते. मग स्पंजिंग करताना तिनं तिच्या क्लासमधल्या कितीतरी गमती सांगितल्या. त्याचे आक्रसलेले, आंबलेले, अवघडलेले शरीर, त्याच्या नसा न नसा तिनं मोकळ्या केल्या.

"बाबा, तुम्हांला उत्तर रामायणातला राम आवडतो?'' तिने मोठे डोळे करून विचारले. तो त्याला माहीतच होता कुठे! ते सगळे ताईचे डिपार्टमेंट.

"मला फार आवडतो.''

"हो!''

"पण बाबा, काही तर म्हणतात की सीतात्याग झालाच नाही.''

"नाही मधू, अशा मोठ्या घटनांबद्दल जे लिहिलं जातं ते सगळं झालेलंच असतं, कारण त्यात एक ताजेपण असतं.''

"म्हणजे?''

"म्हणजे जे कधी शिळं होत नाही, असं काहीतरी त्यात असतं.''

"हो! मलाही असंच वाटतं पण... काही तर म्हणतात बाबा, खरी सीता रामानं आधीच लपवून ठेवली. त्याला सगळं म्हणे आधीच माहीत होतं. रावणानं

खोटीच सीता पळवली म्हणून सीतात्यागही झालाच नाही. हे पटत नाही ना! जी गोष्ट नाहीच, त्याकरता राम युद्ध का करेल?''

"बरोबर.''

"म्हणजे हे सगळं झालंच आहे ना.''

"एकदम, सगळं घडलं आहे. असंच आहे. एखादा मोठाच मोठा वृक्ष असतो, आणि त्याच्या खाली किती लहान-मोठी झाडं उगवून येतात. तो वृक्ष तिथेच असतो. ती छोटी झाडं-झुडुपं मात्र येतात-जातात मधू. म्हणून ती खोटी म्हणायची तर तो एवढा मोठा वृक्षच खोटा म्हणायचं का?''

"अय्या हो! बाबा किती छान सांगितलंत!'' मधूने कपडे घालून चेहऱ्यावर पावडर लावली. लावली म्हणण्यापेक्षा फासलीच...

"अन् निजल्या निजल्या पावडर कशाला?''

"असंच बाबा, तुम्ही स्मार्ट दिसायला हवेत.''

"अगं पण कुणासाठी?''

"तुमच्याच तर साठी! देऊ आरसा?''

"नको आरसा कशाला! मधू एकदा मला बारावीची परीक्षा दोन दिवसांवर असताना खूप ताप आला. हाय फीव्हर. उतरेनाच.''

"अय्या बाबा! मग हो!'' तिने आताही डोळे मोठे करून काळजीने विचारले.

"मग काय! आई-बाबा, टीचर, मित्र सगळे म्हणाले, ड्रॉपच घे. महत्त्वाचं वर्ष...''

"मग?'' तिने हनुवटी हाताच्या तळव्यावर ठेवली. तिचे कुरळे केस उडत होते.

"माझी ताई होती डिलिव्हरीला आलेली. ती म्हणाली, काही ड्रॉपबिप नको. गोळीने ताप उतरवू. पेपर दे तू; अभ्यास झालेला तर आहे!''

"मग?''

"मग काय मी दिले पेपर. पहिले महत्त्वाचे पेपर्स तापात दिले. गणिताचा पेपर होता, त्या दिवशी ताप नव्हता. पण खूप थकलो होतो. तर ताई म्हणाली, ''पेपर देऊन ये, मग थक तू.'' परीक्षा संपल्यावर म्हणाली,

"बरं झालं परीक्षा दिली ती. सर्व पुढे गेले असते. सगळे ताजे असतात. आणि आपण तेवढे शिळे होतो.''

"मग परसेन्टेज बाबा?''

"जी काय दहा-बारा मार्कांची कमी होती, ती पुढे भरूनही निघाली ग! तुझी नि ताईची भेट व्हायला हवी होती. पण माझ्या लग्नाआधीच ताई गेली...''

मधुरा खाली गेली. इतके दिवस सांगायची असलेली साधीशीच गोष्ट शेवटी

ऐकून घेतली ती मधुरानेच. त्याला विलक्षण मोकळे वाटले, कितीतरी दिवसाचे अडलेले पाणी ते झुळझुळ वाहायला लागते. अडलेही होते ते किती थोड्याश्या कचऱ्याने!

...त्याला बसवून देऊन सोनू गेली. पंधरा-वीस मिनिटांनी अनू पोतदार येईल एक्सरसाईज द्यायला! बसल्यावर आता समोर बाजूला व्यवस्थित दिसते. मान जरा वळवली की झाले. हालचालींवर थोडे थोडे स्वत:चे नियंत्रण येत चालले होते. बोटांना लिहिताना पकड येत चालली होती. पॅड जवळ होतेच. फक्त पेन-पेन्सिल दूर होती. तिथपर्यंत हात पोचत नव्हता. पॅड पुढे ओढून त्यावरून त्याने हलकेच बोटे फिरवली.

...चार व्हायचेच आहेत, अनू यायची वेळ व्हायची आहे. तरी गच्चीवरले आभाळ रंगत चालले आहे. झाडे वेगाने सळसळताहेत. वारा सुसाट. धिरणीकरच्या गच्चीवरल्या फांद्या ओणव्या होऊन पुन्हा सरळ होतात. वाऱ्यात दुरून कुठून तरी पावसाचा वास येतो. गच्चीवर कुणी नाही, कुणी असण्याची ती वेळही नाही. तारेवरले कपडे काढायला तर कुणी येईलच ना! छे, कुणीच कसं येत नाही! आई कशी वाळलेले कपडे लगेच काढून घ्यायची. तो काहीसा अस्वस्थ झाला. इतकी बेपर्वा माणसे! कपडे खुशाल तारेवरच फडफडू द्यायचे! ओले होऊ द्यायचे! ते कपडे त्याच्या घरचे नव्हते, म्हणून काय झाले! जरा वेळाने मात्र ती बाई– धिरणीकरीण एकदाची आली. कडेवर ते मूल होतेच. त्याला काय खाली ठेवून नव्हती येऊ शकत ती! कुणी नसतील यावेळी! आणि नेमके ते झोपेतून उठले असणार– नाहीतर इतक्या वादळात ती मुलाला घेऊन कपडे नाही काढणार! थँक गॉड! ती पाऊस सुरू होण्याआधी आली! आता ते मूल तिला धड कपडे काढूही देत नाही. हवा इतकी की, बाईच्या हातून हलका कपडा उडूनच जातो. त्या मुलाला मस्त मजा वाटते. त्याला खरे तर कडेवर बसायचेच नाही. त्या कपड्यांसारखेच तो तिच्या कडेवरून सुटायला, उतरायला पाहतोय. एका हातात कपडे आणि एका हातात तो गुंडू मुलगा अशी कसरत करत ती एकदाची खाली जाते. पण वारे तसेच आहे. गच्चीवर आलेल्या फांद्या एकावर एक आपटताहेत. आभाळात ढग विलक्षण कुतूहलाने पळताहेत. वाऱ्याने पावसाचा रंग, वास गंध सगळे हुसकावूनच लावले आहे. दारे-खिडक्या धडाधड आपटतात त्या शेजारच्या घराच्या. त्याच्या घरच्या का नाहीत! कदाचित मणीने ऑफिसला जातानाच नीट बंदोबस्त केला असेल... ती पुष्कळदा आधीच अंदाज बांधून सगळे करते. त्याचा तिला अभिमानही आहेच. पण त्यानं ती अकस्मातपणातला एक आनंद घालवून नाही का टाकत? हा त्याचा अपघातच तर केवढा अकस्मात!

मणीचा एक आवडता शब्द आहे. कॅलक्युलेट करणे. म्हणजे सगळे शिळे करून टाकणे. मणीला हे समजत नाही. जसे त्याला मधूचे उत्तररामचरित समजत नाही; पण गंमतही असते यात. एकाला कळणे आणि दुसऱ्याला न कळणे– एक आतला असणे आणि एक बाहेरचा. म्हणून तर दोघांत एक अनुबंध असतो. एक साहचर्य असते. एक संवाद असतो. हा अनुबंध शोधणे हाच तर खरा खेळ. मर्माचा. नुसता मर्माचाच नव्हे! त्याहीपेक्षा सत्त्वाचाच. किंबहुना मर्म आणि सत्त्व यांत फरकच काय! पावसाचा वास अजूनही दुरूनच येतो. पाऊस पडणे इतक्या काहिलीनंतर ती पण मर्माचीच गोष्ट. पाऊस पडत का नाही! दूर पडतो तर मग इथेच का नाही!''

मांडीवर ठेवलेले पॅड खाली घसरले. ते उचलून घेणे ही अजून तरी त्याच्या आवाक्याबाहेरची गोष्ट– जिन्यावर अनूची पावलं वाजतील. तिचीपेक्षा तिच्या चपलांची. कधी नव्हे तो तिला अर्धा तास उशीर झाला. शक्य आहे; वारा, धुंद पावसाची हवा.

''मला जरा लेट झाला, पण मी अर्धा तास जास्त देईन.'' ती तिच्या अर्ध्या तासाचा हिशेब पुरा करत होती. तिला तासाचेच पैसे मिळत होते. अजूनही तिचे नि त्याचे नाते असे हिशोबाचेच होते.

''बाहेर एवढा वारा धुंद. पाऊस येईलसुद्धा. उशीर झाला तर काय बिघडतं?''

''वारा धुंद! नाही तर!''

''म्हणजे बाहेर वारं सुटलं नव्हतं?''

''छे!''

''झाडं एकमेकांवर आपटत नव्हती?''

''अजूनही बाहेर ऊनच आहे. माझी स्कूटी बंद पडली. म्हणून मला उशीर...''

''पण पाऊस नक्कीच येईल.'' तो गोंधळून म्हणाला.

तिला पावसाशी काही कर्तव्य नव्हते.

''आज एक्सरसाईज नको. अभ्यासाचा कंटाळा आला.''

''असं कसं!''

''स्कूटी कुठे बंद पडली तुमची!''

''रामदास पेठ....''

''मग!''

''मग काय, पंक्चरचं दुकान होतं तिथंवर ओढत नेली...''

''आज आपण वेगळं बोलू.'' ती बोलली नाही.

''तुम्ही कधी शाळेला, कॉलेजला दांडी मारली नाही का?''

तिने त्याला बसवले. पाय खाली सोडून ती आज खाली बसली. टोंगळ्यापासून

त्याचे पाय ती हलवू लागली. एकदा एक, एकदा एक, हाताने; तिच्या काटकुळ्या सावळ्या हाताने.

"हळूहळू दोन्ही पाय एकदम करता येतील तुम्हाला स्वत:च..." म्हणत तिनं तो छोटासा टेपरेकॉर्डर काढला.

"तो नको, तो पार निर्जीव वाजतो. त्यापेक्षा तुम्ही बोला ना!"

ती तरीही बोलली नाही. पण तिने टेपरेकॉर्डर मात्र सुरू केला नाही.

"आज तुम्ही एक्सरसाईज दिला नाही तरी मी तुम्हांला तासाचे पैसे पूर्ण देईन, मणीला मी हे सांगणारच नाही."

"मी सांगितलं ना, माझा संबंध तुमच्या बरं होण्याशीच आहे. तुम्ही बरे झालात की मी येणार नाही."

"मग तर मला मुळीच बरं व्हायचं नाही." तो अडूनच बसला. "मी थकलो आहे. मला निजवून द्या, प्लीज." तिचा कोरा चेहरा गोरामोरा झाला. त्याच्या बोलण्यात एक अटीतटीचा, निर्वाणीचा स्वर होता. तिने त्याला निजवले.

"तुम्हांला कॉफी सांगून मी जाते."

"का? तुम्हांला नको?"

"नको."

"मी सांगतो तुमची ड्युटी समजूनच तुम्ही आज माझ्याशी बोला. फक्त एक्सरसाईज देऊ नका."

"मला कुणाशी असं वेगळं बोलता येत नाही."

"मग मी बोलतो. तुमचं नाव अनू म्हणजे काय? अनुपमा, अनुराधा... की...."

"नुसतं अनूच..." ती म्हणाली.

"तुम्हांला टीव्ही पाहायला आवडतो?"

"हो."

"आवडीचा पदार्थ कोणता?" ती आता उठलीच.

"थांबा ना, फक्त पाऊस आवडतो की नाही, एवढं तर सांगा."

"माहीत नाही."

"असं कसं!"

"पाऊस आवडून घ्यायला माणूस मोकळा, मुक्त तर पाहिजे?"

"म्हणजे कसं?"

"पाऊस बाहेर पडतोय आणि आपल्या घरात बसून आपण शांत, निश्चिंत बघतो, अनुभवतो. असं कुठं होतं? घरातून बाहेर जायचं असलं, बाहेरून घरी यायचं असलं की मग..." तो तिच्याकडे पाहत राहिला. पावसाला असे या उपयोगाच्या, व्यवहाराच्या पातळीवर आणून ठेवणाऱ्या त्या समोरच्या बाईचे त्याला

अतोनात नवल वाटले. ती इतके दिवस हॉस्पिटलमध्ये आणि घरीही त्याला एक्सरसाईज देणारी नसती आणि तिचे नाव आता सरावाचे झालेले असे अनू नसते तर तिने पुन्हा इथे पाऊल टाकू नये असेच त्याला वाटले हे त्याला कळले. उन्हाळा तापतापून तापला आणि मग जमिनीवर आलेले सुगंधी शिंतोडे. त्याचाच जेव्हा पाऊस होतो तेव्हा.... ती चुळबुळतच थांबली होती. पुन्हा पुन्हा मनगटाच्या घड्याळाकडे पाहत– तास संपण्याची जणू वाट पाहत...

"तुम्हाला कंटाळा आला नं! जा तुम्ही." तो म्हणाला.

"कामाशिवाय मला थांबण्याची सवय नाही."

"ठीक आहे, जा." तो म्हणाला. मावशींना कुठे जायचे होते; म्हणून त्यांनी वेळेआधीच कॉफी पाठवली. ती नाईलाजाने थांबली.

"तुमच्याबद्दल सांगा नं! आम्हांला फारच कमी माहीत आहे. इतके दिवस तुम्ही येता इथे." तो पुन्हा म्हणाला.

"मुद्दाम माहीत करून घ्यावं असं माझ्याजवळ काही नाही." ती उठली आणि फक्त तिचाच कप घेऊन गेलीसुद्धा... त्याचा कप अर्धाही नव्हता झाला. ती निघून गेली. अद्याप अर्धा तास बाकी होता. मणी यायला खूप वेळ होता. सोनू, मधू येतीलच– खाली मावशींचाही आवाज नव्हता. तो वर-खाली संपूर्ण घरात एकटाच होता का! त्याला अस्वस्थसे झाले. थोडा घाम आला. आपल्याला बेडपॅनच लागले, कूलरचे पाणीच संपले तर...! त्याने जवळची घंटी वाजवली. एकदा, दोनदा. मग हाताचा तळवाच घंटीवर दाबून धरला. कामाला दिवसभराची ठेवलेली मुलगी धावत आली– तिच्या तोंडात काहीतरी होते. ती खात आली. 'काय झालं, काय हवं...'

"काही नाही. तू होतीस का? मला वाटलं..." तो ओशाळून म्हणाला. ती पोरगी तरीही तिथे थांबली.

"टीव्ही लावू?" तिने विचारले आणि आगाऊपणे लावलाही. कुठलीतरी ॲक्शन फिल्म होती. अर्धवट कपडे घातलेल्या बायका नाचत होत्या– सस्पेन्सचे म्युझिक होते– कुणीतरी बाँब ठेवला होता. थोड्याच वेळात ते थिएटर... "तू खाली जाऊन टीव्ही पाहा." तो तिला म्हणाला. ऋजू, मृदू असे. त्याला दरडावून अधिकारवाणीने बोलताच येत नाही. मणीसारखे... ती पोरगी गेली.

.... का घाबरलो आपण? काय झालं असतं एकटं राहिलो असतो तर!

समोरची गच्ची अद्याप शांतच होती. त्याने डोळे मिटून घेतले, तापलेल्या जमिनीवर ते सुगंधी शिंतोडे पडत होते. डोळ्यांपुढे काय काय यायला लागले. तो कॉलेजमध्ये म्हणत असलेले गाणे सर्वांचे फेवरिट. पेईंग गेस्टमधले. देवानंदच्या तोंडचे, किशोरकुमारने गायलेले. 'माना जनाबने पुकारा नहीं...' नंतर 'सोलवा

साल' मधले हेमंत कुमारने गायिलेले 'है अपना दिल तो आवारा...' तो चक्क ती गाणी त्या अनूसमोर आणि तिच्याकरता म्हणत होता. आणि ती लक्ष देऊन ऐकत होती. आणि बाजूची गच्ची त्याच्याशी बोलत होती...

"आवाज चांगला आहे हो तुमचा! कसे आहात? मी रोज बघते तुम्हांला! किती दिवस निजणार आहात?" मग कडेवरचे तिचे बाळ चक्क त्याच्याकडे झेप घ्यायला लागते. त्याला त्या बाईंशी खूप बोलायचे होते, पण त्याला स्वत:चे गाणेच ऐकू येत होते. ते थांबेपर्यंत वाट पाहायची होती. त्याला एकच प्रश्न तिला विचारायचा होता. 'तुम्ही गच्चीला कठडा का करत नाही? तुमचे बाळ रांगायला लागले...' पण गाणे संपायचे होते आणि सारेजण त्यात रंगलेले होते. त्याचे गाणे संपले तेव्हा त्याला अजून एक विचारायचे असलेले आठवते... की गच्चीवर तुम्ही एकट्याच मुलाला घेऊन का येता? घरचे इतर का येत नाहीत गच्चीवर? पण ते सगळे लोक एकतर निघूनच गेले होते आणि त्याने गायिलेल्या शब्दांचा, स्वरांचा प्रकाश अद्याप तेथेच रेंगाळत होता. त्याने डोळे मिटूनच घेतले. मघाचे ते सुगंधी शिंतोडे तापलेल्या जमिनीवर विरुनच जात. पण आता तापल्या जमिनीवरून त्या सुगंधी पाण्याचा एक मोठा लोटच्या लोटच वाहत होता. कौला-छपरांवरले, झाडा-पानांवरले पाणी ठिबकून त्याचाही एक ओहोळ होऊन त्या लोटाला मिळत होता. त्या लोटाचा रंग तर मातीचाच होता. वासही मातीचा.... आता त्या तिरप्या पावसाच्या धारांचे शिंतोडे त्याला खिडकीतून भिजवत होते. त्या ओलेपणात त्याला एक कविता आठवली. लहानपणाच्या पाठ्यपुस्तकातली. नलदमयंती, स्वयंवराख्यानामधली... तो ती कविता पुन्हा त्या अनूकरताच म्हणत होता, तन्मय होऊन. तीही तन्मय होऊनच ऐकत होती. आणि ते असे रंगलेले कवितावाचन, ती कडवी गच्चीवर उभे राहून ती ऐकत होती. धिरणीकरचे मूल कडेवर होतेच. आणि त्याला त्याच्याकडे झेप घ्यायची होती... पण तो त्या कवितेच्या ओळीत रमलेला, रंगलेला... त्याचे हात मोकळे कुठे होते!

सवे सेना भूपाल निघालाहे
शीवलंघी उद्यान एक पाहे
रिघे तेथे, नित सैनिकासी बाहे
फौज सारी बाहेर उभी राहे....

राजा सैन्य घेऊन कुठे निघालेला? मधेच ते उद्यान तरी कसे अवचित लागले? ते लागणार होते हे आधी कळलेच नाही? ओढला गेल्यासारखा राजा त्या उद्यानात शिरला. ते उद्यान रूक्ष रखरखीत नव्हते. तिथे फुले-पाने झाडे नेमून दिल्यासारखी शिस्तीत फुलत नव्हती? तर आपल्या मस्तीत डुलत होती. ती काहीतरी रुजणारीच भूमी होती. म्हणूनच तो भूमिपाल तिथे थबकला. पूर्ण सैन्य

त्याने बाहेरच उभे ठेवले आणि मोजक्या सैनिकांना घेऊन तो आत गेला. का? त्याने असे का केले? पूर्णच सैन्य का नाही नेऊ त्याने? मुळात ते उद्यान तरी असे मधेच का भेटावे? शुभशकुनासारखे! आणि त्याला तरी आत का जावेसे वाटावे? त्यात नक्कीच काही सूचक होते. त्याला आधी माहीत नव्हते; पण त्याला त्या उद्यानात एक हंस भेटणार होता. त्या हंसाकरवी तो आपल्या भावी राणीला पत्रं पाठवणार होता. आणि ही नाजूक वाट त्याला मोकळे करून देणार होते ते इवलेसे थरथरणारे पाखरू– ते दोघे असे अवचित भेटणार आहेत, हे मुळीच त्या दोघांना आधी ठाऊक नव्हते, हीच होती खरी गंमत! आता तिथे पूर्ण सैन्य नेण्याची गरजच काय होती!... सरांनी शिकवलेला सरधोपट अर्थ बाजूला सारून ताईसह त्याने हा अर्थ शोधला होता. त्याला नि ताईला पडलेले प्रश्नही कुणालाच कधी पडले नाहीत– आता तर तो अगदी पिसासारखा हलका होऊन गेलेला आणि एकामागून एक ओळी आपल्या ओठावर येताहेत...

> जो अंबरी उफळता खुर लागलाहे
> तो चंद्रमा निज तनूवरि डाग लाहे
> जो या यशास्तव कसे धवलत्व नेघे
> शृंगारिला हय तयावरि भूप वेंधे

तो राजा वेगळा, घोडा वेगळा आणि तो हंसही वेगळा. त्या दोघांची वेगळीच भाषा. एकमेकांची भाषा.

हे पाखरू माझ्या कामी येईल की नाही? हे इवलेसे पाखरू माझ्या काय कामी येऊ शकते, असा विचार तू करू नको. असे ते पाखरू राजाला सांगते आणि राजाला ते पटतेही. दोघांना एकमेकांची भाषाही कळते. त्या दोघांत एक वेगळेच नाते रुजलेले. बटन दाबावे आणि प्रकाश पडावा असा यांत्रिकपणा या नात्यात नाही; तर आतूनच काही गर्भित प्रकाश फाकावा असे काही त्या दोघांत हळूहळू रुजले जात आहे. दोघांना एकमेकांची गरज आहे पण त्यापलीकडले काहीतरी... सगळे पार करून माणसाला पोचायचे असते ते त्या अशा जागेपर्यंत...

मणीने त्याला उठवून बसवले आणि प्रथमच मागे काही टेकण ठेवली नाही. मी आहेच, लक्ष ठेवते, असं म्हणाली होती. जवळपासच राहिली. आपण पाच-दहा मिनिटे बसू शकतो, हेही त्याला कळले. बसल्यावर आता समोरचा दोन्ही बाजूचा जो भाग नजरेच्या टप्प्यात सहजपणे सामावतो तो एकसंध आहे; त्याचे पूर्वीसारखे तुकडे पडत नाहीत, हे जाणवले. मणीनं पुन्हा टेकण ठेवताना विचारले की, अजून बसायचे की निजायचे?... तर त्याला बसावेसे वाटत होते. हाताने सरकवून पॅड त्याने मांडीवर घेतले. पेन्सिल हातात घेऊन तो सुरू करणारच

होता. आपल्या मनात जे लिहायचे आहे, ते या कागदावर आता उमटू शकेल, असा त्याला आतून विश्वास आला. पण त्याने लिहिले नाही. पेन, पॅड, पेन्सिल सारे हातांत येत होते. पकड होती. पण त्याला लिहावे असे वाटलेच नाही. ती असोशी होती बोटांत, पेन-पेन्सिल टिकत नव्हती तेव्हाच. मणी आज घरीच होती. रविवारची. एवढेच नव्हे तर त्याच्या अवतीभोवतीही होती. ''फार उकडतंय, पाऊस येईलसं वाटतंय...'' मणी म्हणाली,

''यायला हवाच आहे. एकदा तोंड दाखवून गेला. बस्स... तेव्हापासून गायब...'' तो म्हणाला.

''माझी बदली होण्याचे सुरू आहे.'' ती मधेच म्हणाली.

''मधेच.''

''मधेच नाही. सुरूच होतं... पण तुझ्या आजारपणाचं कारण मी पुढे करणार आहे. तसाही तू पूर्ण बरा झाला नाहीसच.''

''खरं म्हणजे मणी तू बदली घे...''

''काहीतरीच काय!''

''तुला चेंज हाईल, मजा येईल. आपल्याला कुठे जायला एक ठिकाण होईल.''

''नको रे. मला नको बदली. सगळं विस्कटेल.''

''अगं, सगळं शिस्तीत ठरल्यासारखं थोडंच व्हायला पाहिजे! थोडा विस्कळीतपणा हवाच. ताजेपण येतं त्याने.''

मणीला ते अजिबातच पटले नाही. तिचे रविवारचे आवरणे सुरू झाले. त्याची आवरलेलीच खोली ती आवरत होती. तो बघत होता.

''यात आवरण्यासारखे काही आहे असे मला वाटत नाही.'' तो म्हणाला.

''तुला ती नजरच नाही. मला सगळे पसरलेले आवडत नाही.''

''त्यापेक्षा माझ्याशी पत्ते खेळ.'' तो म्हणाला.

''मला नाही आवडत. रिकामपणाचा खेळ.''

''पण मीही तर रिकामाच आहे! माझ्याशी म्हणून खेळ.''

फोन वाजला.

मणीने घेतला. फोन तिलाच केलेला होता.

''त्या पोतदारचा फोन आहे. उद्या यायचं की नाही विचारत होती.''

''यायचं आहे, म्हटलं तर म्हणाली, की तू आजकाल तासभर एक्सरसाईज घेत नाहीस, उगीच पंधरा-वीस मिनिटं घेतो... खरं का?''

''मला कंटाळा आला एक्सरसाईजचा की थोडं बोलू म्हटलं तर ते तिला नको असतं. कालच थोडे पत्ते खेळू म्हटलं तर रागावली. थांबलीच नाही.''

"मी काय विद्यार्थी आहे तिचा? तासभर शिकवत बसते!" मणीला खळखळून हसू आले.

"आहेस हं! चांगला नाठाळ विद्यार्थीच आहेस तू तिचा!" मणी म्हणाली.

जेवणापूर्वी त्याचे धाकटे मामा आले आणि त्यांनी घर गर्जून सोडले. आले होते त्याला भेटायलाच; लांबून. पण आल्याआल्या तोफा डागायला सुरुवात केली.

"काय रे पैसेबियसे काही क्लेम केलेस की नाही? तुझ्या अतिशहाण्या बायकोनं! नसतीलच केले! स्वत:च्या फायद्याचे जे काय असेल, त्यावर पाणी सोडायचे; स्वत:चे हित सगळे दानपत्रात दान करायचे..." त्याला तर चक्क हसूच आले. त्याच्या आजोळपैकी एकुलता एक उरलेला हा मामा. सडाफटींग. मागे आगापिछा काही नाही.

"हसतोस काय! तुझी आईही अशीच होती!"

"पैसे कुणाला क्लेम करायचे पण?"

"कुणाला म्हणजे ज्यांनी ज्यांच्या कारने हा ॲक्सिडेंट केला त्यांना."

"पण तो तर गेला, जागीच ठार... मीच वाचलो..."

"पण त्याचे घरचे लोक नव्हते का! त्यांनी सरळ आपली कार अंगावर आणली."

"तो जिवंत असता तर हेच मला म्हणाला असता. दुपारचा निरव, सुनसान रस्ता. रिकामा. त्याचासुद्धा वेग वाढलेला असेलच. कुणी कुणाच्या अंगावर कार घातली हे कसं..."

"असे अंथरुणावर किती दिवस राहणार?"

"सुधारणा होत आहे."

"पण काही एक्सरसाईज?"

"ठेवली आहे एक बाई. ती पी.टी. करवून घेते."

"का? बाई का? मणीला वेळ नाही? पैसे जास्त झाले तुमच्याजवळ... ते राहू दे. सोनूचं लग्न करतो का? एकदम बढिया स्थळ आहे."

"सोनू? मामा ती किती लहान आहे!"

"लहान कशानं! ग्रॅज्युएट होईल ना यंदा..."

सोनू, सोनूचं पण लग्न होऊ शकतं! तो थरथरला. हे लक्षात आलं नव्हतं. ताई एकदम लग्न करून निघून गेली तेव्हाच लक्षात आलं...

"मामा तुमची कृष्णा कशी?"

"कोण नदी का गाय?"

''दोन्ही... पण नदीच.''

''नदीला पाणी बरंच आहे. पाऊस पडला की बघ तू. तुम्ही लोक कुणी येत नाही. आम्हीच यायचं आठवण झाली की!''

मामांचे खरे होते, जायला होतच नव्हते...

''आणि औदुंबर कसा आहे मामा?''

''अरे, असा सळसळतो-रागावतो काय, समजावून सांगतो काय, खूप बोलतो माझ्याशीच.''

''मामा तुमच्या या औदुंबरानं तुम्हांला एकटं कसं राहू दिलं? लग्न का नाही करायला सांगितलं? आता या वयात एकटं....''

''का? एकटं काय म्हणून रे! तुझं घर नाही का? तुम्हांला नाती नकोत.''

मामा उठले. तो बघत होता. ते खूप आईसारखे दिसतात– लकबीही बऱ्याच सारख्या... पण आईचा आवाज ऋजू, कोवळा, मामांचा म्हणजे तारस्वर. रात्रभर थांबले. सकाळी आग्रह करूनही थांबले नाहीत. निघताना म्हणाले,

''ये, बरा झालास की. औदुंबर पाहा. आपण जिथं रुजलो, वाढलो त्या जागेशी नातं टिकवून ठेवावं लागतं कार्तिक.'' ते थांबले थोडा वेळ. म्हणाले, ''घर तुझ्या नावावर करतो म्हणतो. पण तू येऊन-जाऊन तरी असायला हवं. तुला तो मोह नाही; मला माहीत आहे. पण मग मी असा एकटा. लग्न नाही केले. तेच बरं रे!''

''अरे, कोणती मुलगी माझ्याशी टिकली असती? आम्ही असे सडेफटिंगच बरे.'' मामा निघून गेले. त्यांच्या वरच्या पट्टीतल्या बोलण्याने सारे घर गरजले. मामा गेले. मणीही ऑफिसात गेली. मुली कॉलेजात. समोरच्या गच्चीवर आज नेहमीच्या झाडाऐवजी औदुंबरच सळसळत होता. वेगाने, प्रचंड वेगाने, त्याखाली बाईंचा एक्सरसाईज सुरू होता. बाळ भोवती तरंगत होते. त्याची पेन-पेन्सिल पायाशी होती. पॅड उशाशी. आता बसवून देणारे कुणी नव्हते आसपास. त्याने निकराने पायाच्या बोटाने पेन्सिल जवळ सरकवण्याचा प्रयत्न केला. निकराने, नेटाने, ती प्रथम जरा दूर गेली. पण मग पुन्हा जवळ आली. हळूहळू ती हाताच्या कक्षेत आलीसे वाटले, पण आता हात लांब पोचत नव्हता. एकदाची बोटे लागली पेन्सिलीला. आली त्याच्या टप्प्यात. पेन्सिलीचे टोक बोथटले होते. पण तरीही त्याने दोन ओळी लिहिल्या.

''ती अनू नि मामा! कसे राहतील एकमेकांबरोबर? दोघंही जातीनं पंतोजीच! कुणी कुणाचं ऐकून घेणार नाही. ऐकून घ्यायचं तर एक कुणीतरी विद्यार्थी हवाच...''

पण मनातल्या कल्पनेने त्याला खूपच मजा वाटली. मामा आणि अनू, अनू आणि मामा... स्वत:च्या कल्पकतेवर तो खूषच झाला.

ठीक चारला नेहमीसारखी ती येऊन हजर झाली तिच्या ड्यूटीवर. आल्या आल्या तिने घड्याळाकडे पाहिले, ती वेळेवर आली होती.

"आज मी मॅडमना फोन करूनच आले..."

त्याने तास चुकवू नये याची ती सूचना होती तर! तो हसला. "आज आपण खाली उतरायचं?"

त्याला माहीत असूनही त्याने मुद्दाम विचारले.

"जिना उतरून...?" पण ती न हसता निर्विकारपणाने म्हणाली,

"पलंगाखाली. खोलीतच चालवीन मी तुम्हांला."

"कॅथेटर..."

"ते राहील त्याची अडचण यायची नाही."

"मला साधं उभंही राहता येत नाही."

"ते कळेलच न आता!" ती पूर्ण विश्वासाने म्हणाली, तिने वॉकरसारखे काही आणले होते. त्याचे उठून बसवणे ही आता मोठीशी गोष्ट नव्हती. काही दिवसांनी तो स्वत:च उठून बसणार होता. त्याला स्वत:चा पूर्ण आधार देऊन तिने त्याला खाली उभे केले. त्याच्याच घराच्या गुळगुळीत टाइल्सचा स्पर्श... त्याचे पाय लटपटत होते.

"मी धरलं आहे, तुम्ही पडणार नाही. फक्त माझ्यासह या वॉकरपर्यंत... बस्स. मी आहेच." तिची ती एकसुरी टेप सुरू झाली. तो काही विचारत, म्हणत होता. पण तिने थांबवले, 'लक्ष तुमच्या क्रियेवर द्या.'

वॉकरसह तो खोलीच्या दारापर्यंत तीन-चार पावले गेला. आता तिथून परत पलंगापर्यंत. आपण प्रचंड थकलो असे त्याला वाटले. पण तो पुन्हा पलंगापर्यंत येऊ शकला. ती अगदी जवळच होती, तिने त्याला अगदी हलकेच धरले होते, आणि त्याने वॉकरचा दांडा धरला होता. पलंगाशी आल्यावर त्याचा पूर्ण ताबा घेऊन तिने वॉकर बाजूला केला. त्याला पलंगावर बसवले. ती त्याच्याजवळ बसली.

"निजायचं आहे?"

तो मानेनेच 'नाही' म्हणाला. तिचा निकट गंध त्याला वेडावत होता. तो स्त्रीचा गंध होता. मणीहून पार वेगळा असा तो गंध. ती खरोखर कोण होती! त्याच्या आयुष्यात अशी अपघाताने येणारी मणीशिवाय दुसरी कुणी अशी! की ती कधी तर ताईसारखीही वाटलेली... ती या दोघींपेक्षाही कुणी वेगळी. की दोन्हींची सरमिसळ! अंतर राखून बसलेल्या तिचा तो काटकुळा दंड त्याने धरला, घट्ट...

"अजून घट्ट धरा. बघा आता तुम्हांला चांगली पकड येत आहे..."

तो हसला. ती मूर्तिमंत फिजिओथिरपिस्टच होती! त्याहून वेगळे काही तिला

होताच येत नसावे... तिच्याबरोबर कॉफी घेताना त्याच्या मनात ती सकाळचीच कल्पना आली. तिची आणि मामांबद्दलची... आणि त्याने एकदम विचारून टाकले.

"तुम्ही लग्न का नाही केलं?"

तो प्रश्न तिला सर्वस्वी अनपेक्षित होता. तो तिला आवडलाही नाही. त्याला बशीत कॉफी ओतून देताना ती थांबलीच. तो काहीसा वरमला. पण तिच्या काही अत्यंत खाजगी गोष्टीत आपण नाक खुपसतो आहोत असे मात्र त्याला अजिबात वाटले नाही.

"मी हे फालतूच विचारतो आहे असे समजू नका. माझे मामाच लग्नाचे आहेत. त्यांनाही लग्नाला उशीर झाला आहे..." सकाळी जोडलेली दोन टोके त्याने पुन्हा जोडून पाहिली.

"तो काल आला, आज सकाळीच गेला. लांब राहतो एकटा..." त्याने सुरू ठेवले... ती ऐकत होती की नव्हती! कळले नाही, तिचा चेहरा तितकाच कोरा होता. तिच्या उरलेल्या कॉफीचा कप तिनं तसाच ठेवला.

"मी निघते." ती उठत म्हणाली.

"तुम्हांला राग आला का?"

"अहो, कशासाठी तुमचे मामा माझ्याशी आणि मी त्यांच्याशी लग्न करणार आहोत! उद्या तुम्ही बरे झालात की मी इथं येणारही नाही."

"असं कसं! इतकाच तुमचा-माझा संबंध आहे? विसरून जाण्यापुरता?" त्याने विचारले... ती बोलली नाही.

"तुम्ही इतक्या ठिकाणी जाता. हॉस्पिटलमध्येही जाता. तुमच्या पेशंटशी तुम्ही असंच वागता?" तिने त्याच्याकडे आश्चर्याने पाहिले.

"असं म्हणजे! वाईट वागते का मी?" तिला त्याचे बोलणे अजिबात आवडते नाही.

"वाईट नाही; पण पंतोजीसारखं वाटतं!" ती किंचित हसली. जायला लागली.

"घाई नसेल जायची, तर बसा ना!"

"माझ्या भावाला आणायचं आहे शाळेतून. पाचला शाळा सुटते."

"एवढा लहान भाऊ आहे तुम्हांला?"

"सहावीत आहे, सावत्रभाऊ माझा."

"तुम्हीच का जाता आणायला! दुसरं कुणीही..."

'कुणीही तर नाही! आम्ही दोघंच आहोत." ती निघून गेली. तो काहीसा थकला, चालण्याच्या आणि विचाराच्याही श्रमाने. नेहमीसारखे त्याला निजवून आपला कप धुवून ती आज गेली नव्हती. तर तिचा कप तसाच टाकून, त्याला

बसलेलेच ठेवून ती गेली. प्रथमच, पण त्याला जाणवले की आपण आपले आपण निजू शकतो एका कडेला. मग हळूहळू सरळही...

... मधू विचारत होती.

"आई जेवायला येत नाही बाबा. तिला उशीर होईल. आपण जेवायला काय करायचं?" तिचा निरागस चेहरा कोवळा... तो पाहत होता.

"सांगा ना!"

"तुला आवडेल ते कर."

"खिचडी, सगळ्या मुगाची. चालेल?"

"धावेल!"

"आणि भुरकायला काय?"

"सार."

"आणि मेतकूट?"

"हो आणि आंब्याचं-गुळाचं लोणचं." तो म्हणाला, आणि त्याला एकदम हसू आले जुने आठवून.

"का हसता, बाबा?"

"अगं, आमचे बाबा जेवायला नसले की मी, आई नि ताई असाच शॉर्टकट शोधायचो. मजा यायची. बाबा असले की सगळं साग्रसंगीत व्हायचं. आता मी घरी असतो; मणी बाहेर ऑफिसला असते. भूमिका बदलल्या पाहा..." तो हसतच म्हणाला. पण मधुराचा चेहरा गोरामोरा झाला.

"खरं म्हणजे तुम्हांला असं वर एकटं ठेवून आईनं उशीर करायलाच नको बाबा."

"रोज थोडी करते ती उशीर! आणि मला वरच करमतं. मधू एका खूप मोठ्या रंगमंचावर काय एकेक एन्ट्री होत असते! आणि ते सगळं मीच घडवून आणतो. माहिती आहे?"

"म्हणजे बाबा!"

"अगं, एकमेकांशी अजिबात संबंध नसलेल्या दोन वेगवेगळ्या गोष्टी मी सहज एकत्र आणतो. जोडतो."

"मला नाही समजत बाबा."

" न समजू दे, पण हे मी वरच आहे म्हणून मला करता येतं की नाही? खाली असतो तर... मावशींच्या आवाजात सगळं..." तो हसला.

"अय्या, हो बाबा!"

सकाळी धिरणीकरबाई एक्सरसाईज करत होती, तिचे गबदूल मूल रांगत होते. धरून उभे होऊ पाहत होते. तो डोळे ताणून पाहत होता. मूल आता प्लेमॅटमध्ये टिकत नव्हते. आणि बाई बेफिकीर हातवारे करत होती. गच्चीला कठडा नव्हता. पुन्हा उन्हाची कोवळीक संपेपर्यंत बाई व्यायाम करत होती.

आज एक्सरसाईज देऊन झाल्यावरही, कॉफी झाल्यावरही अनू किंचित रेंगाळली. थोडे बोललीही त्याच्याशी वेगळे असे. त्याला आश्चर्य वाटले. त्याला तिने आरामखुर्चीत बसवले.

''आज जायची घाई नाही का तुम्हांला?''

''आहे ना!''

''भावाला आणायचं...''

''आहे ना. पावसाचा रंग दिसतो.'' तिच्या आवाजात घाई होती. पण ती रेंगाळत आहे हे स्पष्ट दिसत होते. पावसाचा खरेच रंग होता. आभाळ, वारे सगळे सुगंधी झाले होते.

''तुम्हांला आता फार दिवस माझी गरज नाही. महिन्याभरात तुम्ही स्वतंत्रपणे... सगळं करू शकाल.'' ती म्हणाली आणि गेली. पण तिला रेंगाळावेसे वाटत होते. काही नेहमीपेक्षा वेगळे बोलावेसे वाटत होते, हे स्पष्टच दिसले. पण ती बोलली नाही. आभाळात ढगांची पळापळ सुरू होती. काळे ढग दाटून आलेले. ढग खाली ओणवे होत होते. ती जेमतेम खाली पोचली असेल तो वारे सुटले. दारे-खिडक्या धडाधडा आपटली. पाऊस येईल... ती अनू पुन्हा वर आली. ती गेली नव्हती. दाराला तिने अडकण लावली. खिडक्या बंद करायला गेली तर तो म्हणाला,

''असू दे. तुम्ही गेला नाही?''

''खिडकी उघडी, ओसाड येतेय, खाली फक्त मावशी. म्हणून आले. तुम्ही एकटेच.'' ती वेगळे म्हणाली, नेहमीपेक्षा तो अनिमिषपणे पावसाचे हे आकस्मिक तुफान पाहत होता. पावसाचा तो वास त्याच्या मनभर झालेला... गच्चीवरचे कपडे निघाले होते. ते बाईंनी मघाच काढले असणार... त्याचे लक्ष नव्हते. आभाळात पाऊस हळूहळू भरून जमून येत होता मघाच. परंतु तेव्हा त्याचे लक्ष नव्हते. तो दुसरीकडेच कुठेतरी गुंतला होता. आता ती खिडकीशी उभी होती आणि पावसाचे तिरपे-आडवे मोठाले थेंब अंगावर घेत होती. ती भिजत होती पावसात. पण वाटत होते त्याला, की ती वेगळ्या कशात तरी चिंब होतेय. पाऊस हे केवळ निमित्त. थेंबाच्या मोठ्या धारा झाल्या, तेव्हा नाईलाजाने खिडकी बंद करावी लागली.

''मला पाण्याचे लोट बघायचे आहेत.'' तो म्हणाला, ती खिडकीपासून दूर झाली.

''पावसाचे तुफान सुरू आहे. ते थांबू दे.''

अर्धा-पाऊण तास नुसता पाऊस पडत होता. तो जरा थकला तेव्हा तर चालतच तिचा आधार न घेता खिडकीजवळ गेला. तिने खिडकी उघडली त्याच्याकरता. पाण्याचे मातीच्या रंगाचे लोटच्या लोट वाहात होते, रस्त्यावर पाणी साचलेही होते. जाणाऱ्या वाहनांचे इकडेतिकडे पाणी उडत होते. थांबलेली रहदारी पुन्हा सुरू होत होती, ती निघाली.

"तुमचा भाऊ..."

"शाळेतच थांबला असेल. सगळीच थांबली असतील. येऊ मी?" तिने विचारले आणि ती गेली. इतक्या दिवसांत त्याला 'येऊ मी?' असे तिने प्रथमच विचारले होते. प्रथमच ती रेंगाळली. प्रथमच तिला जायची घाई नव्हती... त्याला आवडणारा पाऊस इतक्या दिवसांनी आलेला, जमिनीला तापवून दमवून भेगा पाडून मग एकदाचा आलेला. पण एकदा आला मग मात्र हातचे काही राखले नाही त्याने. तो पाऊस त्याने आज तिच्यासोबत अनुभवला... लहानपणी ताईसोबत, मग सोनू-मधू सोबत आणि आता या अनूसोबत... तिने न निजवताच तो आपला आपण पलंगावर आला. डायरी ओढली. पेन जवळपास नव्हते. पेन्सिलला तर टोकच नव्हते. पण या लहानसहान गोष्टींना तोही, पूर्वी बोटात पेन्सिल धरता येत नव्हती, तरीही अडला नव्हता. मग आता तर त्याची बोटे, त्यांची पकड संपूर्णपणे फक्त त्याचीच होती. अनूसोबत अनुभवलेला तो पाऊस त्याने आवेगाने लिहून काढला... तो भानावर आला तेव्हा सोनूने खिडक्या, दार उघडले.

"बाहेर बघा ना बाबा! किती मस्त पाऊस पडला." तिने खिडकी उघडली. त्या गच्चीच्या बाजूची. ते झाड अजूनही सळसळत होते. आपले चिंब झालेले अंग जणू झटकत; पावसाचे थेंब उडवत. आज किती दिवसांनी सोनूने त्याच्या डाव्या हाताकडचे बंद दार उघडले! तीही एक छोटी निमुळती गच्चीच होती. नको असलेले अडगळ सामान टाकून दिलेली. तिथून हवेचा एक छानसा झोका आला. त्याने हसून तिच्याकडे पाहिले– इथेही एक गच्ची त्याच्याकरता होती. हे तो विसरूनच गेला होता. पश्चिमेकडची बाजू म्हणून मणीने बंदच ठेवलेली...

"मला खुर्ची तिथे नेऊन दे!" तो म्हणाला.

"खूप अडगळ, कचरा आहे. पाणीही साचलंय बाबा. हे सगळं साफ करू मग... आणि मघा सगळी दारं, खिडक्या, सताड होती, आपटत होती. कॅलेंडर उडून गेले, फाटलं... मी मग बंद केलं सगळं..."

"तू बंद केलंस!"

"हो नं."

"मला वाटलं..."

"काय..?"

"वाटलं की अनूच..."

"त्या तर मघाच गेल्या. पावसात सापडल्या त्या. मी 'थांबा' म्हटलं, पण त्यांना खूप घाई होती." त्याला आता फुस्सकन हसूच आले...

गंमतच आहे, ढगांची ती पळापळ खरीच.. हा पाऊसही पूर्णपणे खरा! तो अनुभवणारा तोसुद्धा तितकाच खरा. पण त्यात ओवली गेलेली ती तेवढी खरी नाही! तिच्यासोबत त्याने पाऊस पाहिलेलाच नाही... मग आजचे तिचे ते उगीचच रेंगाळणे! आणि कामाशिवाय थोडे उगीचच बोलणे... ते... तेही..."

दोन तीन दिवस असाच मधून मधून पाऊस येत राहिला. उघडीप पडत राहिली. पण पावसाळा लागला. म्हणण्यासारखा पाऊस येत होता खचित. जमिनीची धग जणू निवली होती. दोन दिवस अनू मात्र आली नव्हती. तिचा फोन होता. तिला खूप सर्दी झाली होती. किंचित तापही. फ्ल्यूसारखे होते. नक्कीच तिला पाऊस बाधला होता. चांगली थांबली असती... आता मणीने त्याचीही गच्ची साफ करवून घेतलेली, उघडली– ती सकाळी तिच्या वॉकला गेली. आणि जाताना सवयीने खिडकी उघडून दिली. धिरणीकर गच्चीवर व्यायाम करत होती. तिचे मूल अवतीभोवती होतेच. धरून धरून बसत, रांगत होते, झाडे सळसळत होती. त्याला एक स्वर होता आणि दुरून कुठूनतरी पक्षी ऐकू येत होता, दिसत मात्र नव्हता. त्या पक्ष्याचे हे असे असणे म्हणजे या सकाळचेच असणे होते– सोनूने पेपर आणून दिला. आकाशवाणीवर यावेळी चांगली गाणी असतात, न्यूज असते आता सकाळच्या चित्रात हे सगळे येते पूर्वीसारखे– ऐटीत हातात धरून पेपर चाळायचा– त्या बातम्यांत आपण कुठेच नसतो. आपली बातमी कधीच नसते. इथे वाचणारा बाहेरचा असतो; आणि ज्याच्याबद्दल बातमी असते तो आतला. एक आतला; एक बाहेरचा. दोघांमधला संबंध इथे अतिशय वरवरचा. मानला तर असणारा; नाही तर नाही– त्याला हे कोणाजवळ तरी बोलावेसे वाटते, पण कोणाजवळ? जिन्यावर मणीची पावले वाजली.

...आज दुपारी ती आली. अनू...

"कशी आहे तब्येत?" त्याने विचारलं.

"आता बरीय. खूप सर्दी..."

"तुम्हांला हौसच होती आजारी पडायची. त्या दिवशी जरा थांबला असता तर काय होतं! तुम्ही हट्टीच आहात." ती जरा गंभीर झाली. मग एक्सरसाईज सुरू करण्यापूर्वी म्हणाली, "मी दोन दिवस घरी होते तर विचार केला तुम्ही म्हणाला त्याचा."

"कशाचा!" तो काय कधी म्हणाला होता हे विसरून गेला होता.

"कशाबद्दल?"

"तुम्ही तुमच्या मामांबद्दल म्हणत होता. त्यांना माझ्याबद्दल तुम्ही विचारू शकता, पण माझा भाऊही माझ्याबरोबर असेल... तो मार्गाला लागेपर्यंत..." त्याच्याकडे न पाहता म्हणाली.

"मामांबद्दल!" तो चकितच झाला. गोंधळला; जे सहजी मनात आले त्यातला अकस्मातपणाचा अंश तिनं घालवून टाकला होता. रंगमंचावरला तो प्रवेश! स्थळ-काळ-वेळही ओलांडून कुणाला कुठे नेऊन जोडणारा... त्या साऱ्या गोष्टींना तिने एक ढोबळ आकार देऊन सारे घालवून टाकले. तो मनोमन शरमिंदा झाला.

"मी विचारीन... पत्रच टाकीन." तो अद्यापही गोंधळलेलाच होता.

"मीच माझ्याबद्दल विचारायला नको. पण कुणीच नाही माझ्याबद्दल विचारणारं घरचं असं! तुम्ही जवळचे म्हणून..." तिने सांगून टाकले. तो अस्वस्थसा होता. एक्सरसाईज सुरू झाला. आज त्याच्या क्रिया एकचित्त नव्हत्या. तो चुकत होता. नेहमीचे सरावाचेही करत नव्हता, तिने त्याला खुर्चीवर बसवले. आपण तिथे बसू. त्याने त्याच्या घरच्या गच्चीकडे बोट दाखवले. हवा चांगली होती. मणीने गच्ची साफ केली होती. फक्त जरा उंचवटा होता. गच्ची जरा खाली होती. अनूने तिथे खुर्ची ठेवली. त्याची आरामखुर्ची आणि त्याला वॉकरने दारापर्यंत नेले, तेवढे उरलेले अंतर तो स्वत:हूनच जाऊ शकेल; प्रयत्न करा, असं ती सांगत असतानाच त्याने तिचा आधार घेतला. नको असताना आणि मुद्दाम जाणीवपूर्वक तिची छाती चाचपडली बोटानं... ती गोरीमोरी झाली. तिला तो स्पर्श समजला. तिने त्याला आरामखुर्चीवर बसवलं...

"मी निघते, तुम्ही बसा. खाली कुणालातरी सांगते की तुम्ही गच्चीत बसला आहात."

आणि तो काही म्हणायच्या आत ती गेलीही. तो खाडकन् भानावर आला. तिचा गोरामोरा अपमानित चेहरा...

ती दोन दिवस आलीच नाही, फोन, निरोप काही नाही. अजून दोन दिवस तिचे येणे न होता संपले. घरातलेही सगळे त्यालाच विचारत होते, की ती का येत नाही! आणि त्याला सांगता येत नव्हते. दोन दिवस तर शेजारची गच्चीही बंद होती. बाईचा व्यायाम नव्हता. तारेवरील कपडे नव्हते. ते भवती दुडदुडणारे मूल नव्हते. गच्चीवर झाडे नुसतीच सळसळत होती. अनूने आणि त्या बाईंनी काही संगनमत केले आहे असेच त्याला वाटले. त्याने शेवटी न राहवून मणीलाच विचारले,

"शेजारची धिरणीकर मंडळी कुठे गेली आहेत का?"

मणीलाच काही माहीत नव्हते. तिला आजूबाजूचे तसे फारच कमी माहीत असते. मग सोनूला विचारले, तर तिला माहीत होते. ते लोक कुठे बाहेरगावी गेलेत लग्नाला. त्यांच्या भावाच्या. दुसऱ्या दिवशी ती गच्चीही उघडली. तारेवर कपडे आले. सोनूने विचारलेही.

''कसे झाले लग्न?'' ते सांगून तिनेही विचारले, ''कसे आहेत बाबा?''

''खूपच प्रोग्रेस आहे, खोलीतल्या खोलीत फिरतात...''

''हो, मी बघते ना! ती मुलगी एक्सरसाईज देते...''

त्याला अनूची तीव्र अशी आठवण आली. तो लवकरच पूर्ण बरा होत होता आणि आता अनूची तशी गरज राहणार नव्हती. पण अनूची ही आठवण त्या गरजेपलीकडचीच होती हे त्याला आतून लख्ख समजले. तिची आठवण तिच्या त्याला वाटणाऱ्या स्पर्शाच्या ओढीचीही नव्हती. त्याहीपलीकडली होती. त्याची वरची खोली- छत, भिंती, खिडकी, बाजूची गच्ची, बाई, तिचा व्यायाम, ते मूल, ती सळसळणारी झाडे आणि अनू. तिची चार वाजताची येण्याची वेळ... तिचा नि त्याचा घडलेला, न घडलेला संवाद हे सगळे एकच चित्र होते. त्याच्यातल्या कार्तिक नसलेल्या कुणीतरी ते काढले होते. त्याला गरज होती ती या सगळ्यांच्या एकत्रित असण्याची. भले त्या एकमेकांत काही अनुबंध न का असेना! आणि ती मूर्ख मुलगी फालतू गोष्टीला बिथरून येतच नव्हती...

रात्री मणीकडे तिच्या ऑफिसचे बॉस लोक जेवायला होते. तिने त्याला चांगला तयार केला. दाढी करायला लावली.

''तुझ्या बदलीच्या करता हे जेवण असेल, तर मणी, मला शक्य तितकं गबाळ दीनवाणंच असणं बरं ना!'' तो हसत म्हणाला.

''तू कधी दीनवाणा वगैरे होऊच नको रे बाबा... बदली झाली तर झाली.'' ती म्हणाली, मग थोडं थांबून म्हणाली,

''खरं म्हणजे एवढा अपघात झाला पण तू कधी मला नुसतं बरं होण्याची वाट पाहत बसलेला, कुढणारा असा कधीच वाटला नाहीस.'' तो हसला. मणी खाली गेली... त्याने पॅड ओढले. पेन्सिल जवळच होती. शाळेत इंग्रजीचे व्याकरण शिकवताना गुरू सर सांगत, त्यांच्या सांगण्यात एक कोणी तरी मनू असे. कंपॅरिटिव्ह डिग्री शिकवताना ते 'मनू'च म्हणत. त्याऐवजी त्याने अनू केले, लिहायला सुरुवात केली.

''अनू, इज मोअर ब्युटिफुल गर्ल दॅन एनी अदर गर्ल इन द क्लास. अनू इज टॉलर दॅन अदर्स इन द् क्लास. नो अदर गर्ल ऑफ द स्कूल इज ॲज क्लेव्हर ॲज अनू इज. ऑफ ऑल द गर्ल्स इन द स्कूल अनू इज फूलिश- अनू इज टूऽऽ यंग टू अंडरस्टँड हिज फीलिंग्ज, अनू इज टू ऽऽ यंग टू मॅरी विथ मामा- अनू

इज सो यंग दॅट शी कॅनॉट मॅरी विथ मामा....'' त्याने लिहिणे थांबवले. अक्षरे उमटली. पण एकात एक घुसून गेली होती. त्याच्या शाळेचा तो वर्ग गुरू सरांचा– तो क्लास, ते व्याकरण, सरांनी फळ्यावर लिहून दिलेले. अनू आणि तो... त्याने पेन्सिल फेकली, भिरकावली ती दूर लांब फेकायची होती, पण पडली जवळच. पलंगावर. त्याला राग आला. ही मूर्ख मुलगी! सतत आपला एक हिस्साच बनून आपल्याला असं कुरतडून टाकणार का? ही धड बाहेरचीही होत नाही; आणि आतलीही नाही. एक कुठली तरी तड गाठून तिथं राहावं आपलं मुकाट्यानं...! जेवणाचे ताट घेऊन मधू आली; पण त्याचं जेवण होईतो थांबली नाही. तिला खाली काम होतं... जाताना मणीचे सगळे लोक वर आले. त्याला भेटायला. त्याचे अर्धवट चिवडलेले ताट स्टुलावर तसेच होते. मणीनं त्याकडे नाराजीचा कटाक्ष टाकला.

"कसे आहात!'' तिच्या बॉसनी हात पुढे केला. त्याने त्याचा हात पुढे केला. पण त्याची बोटे खरकटी, वाळलेली होती. 'सॉरी' म्हणत त्याने हात मागे घेतला. मणी जास्तच नाराज झालेली त्याच्या लक्षात आलं. सगळे लोक खाली गेले. त्यांच्या कार, स्कूटर्स सुरू झाल्याचे आवाज आले– तो स्वत:शीच हसला, मणी नाराज झाली असेल तर होऊ दे– पण तिचेही काम होऊन जाईल. बदली कॅन्सल होईल. तो काही कटोरा घेऊन नव्हता बसला आणि मणीही नव्हती तशी. जरी हे जेवण बदलीच्या संदर्भातच होते तरीही... खरं म्हणजे कुणीही स्वत:कडे असे कधी बघत नाही. आणि त्याने मात्र अनूला... अनूचा त्या दिवशीचा गोरामोरा, अपमानित चेहरा... तो कासावीस झाला. त्याने कुठलेही तुकडे फेकले नव्हते, हे तिला सांगायचे होते. फक्त एकदाच तिनं यायला हवे आहे– नंतर केव्हाही नाही आली तरी चालेल...

पुढचे चार दिवसही अनू गायब होती. सोनू, मधू कुणीही त्याला चालवत होत्या. खोलीत. चार दिवसांनी कॅथेटरही निघणार होते. आता अनू आली तर हिशेब करून टाकू म्हणून मणीही म्हणाली. हिशोब या दोन-अडीच महिन्यांचा नव्हता. प्रत्येक दिवसाचा आणि तासांचाच होता. ती एका तासाच्या हिशोबानेच पैसे घेत होती... पण तिने त्याला व्यापून टाकले ते मात्र सारे त्या एका तासापलीकडे.... दिवसाच्याही चोवीस तासांपलीकडचे.... एक अनाघ्रात ताजेपण त्या भाबड्या अश्राप मुलीने त्याला बहाल केलेले. मणी म्हणालीच होती, तू कधी बरा होण्याची वाट बघत कुढत बसला नाहीस म्हणून.... त्याच्या घशात दुखले. काहीतरी दाटून आले.

... आज दुपारीच आकाश भरून आले. तीन वाजताच धिरणीकरबाई तारेवरचे कपडे काढून गेली. ते मूल नव्हते बरोबर. कदाचित झोपले असेल. असे त्याने

समजून घेतले आणि काय आश्चर्य! जिन्यावर पावलं वाजली ती अनूची. तिच्या नेहमीच्या वेळेला. ठीक चार वाजता. एक सेकंद इकडे की तिकडे नव्हता. ज्या चार वाजण्याशी इतके दिवस एक अनुबंध जुळला होता, ती वेळ पुन्हा जणू सचेत झाली. जसे या वेळेला इतके दिवस बंद पडणारे घड्याळ पुन्हा सुरू झाले. या वेळेपासूनच. तो काहीतरी म्हणणार होता तो तीच म्हणाली,

''सॉरी मला येता आलं नाही...''

''कळवता तर येत होतं!'' तो पूर्ववत होत म्हणाला. रागावून. तो त्याचा राग रुसवा तिला स्पष्ट कळावा म्हणून.

''तेही जमण्यासारखं नव्हतं.'' ती स्थिरच होती.

''काय झालं?''

''माझा भाऊ फार आजारी झाला. हाय फीव्हर. ताप उतरेना. सहापर्यंत चढला. ॲडमिट करावं लागलं. घरी आणल्यावरही अशक्तपणा खूपच होता. आज तो शाळेत गेला. हॉस्पिटललाही मी आज गेले.''

''मला वाटलं, वाटलं की तुम्ही मुद्दामच आला नाहीत.'' तो त्या दिवशीचा उल्लेख न करता म्हणाला, तिची नजर टाळून.

''असं कसं करता येईल आम्हांला? तुम्ही बरं होईपर्यंत आम्ही तुमच्याशी बांधलेलेच असतो.'' ती सरळ त्याच्याकडे पाहतच म्हणाली. पूर्वीच्याच निर्विकारपणे... तो काहीसा खट्टू झाला. त्याचा आणि स्वत:चाही उल्लेख तिनं सर्वसाधारण असाच केला. तिच्याकडून तरी त्या दोघांत काहीही वेगळे घडलेले नव्हते. ती किंवा तो हे मुळीच स्पेशल असे नव्हते, हेच ती जणू ठासून सांगत होती.

''आज एक्सरसाईज करायचा आहे?'' आज तिनंच त्याला विचारलं. ''तुम्ही म्हणाल तसं,'' तो म्हणाला. मधेच त्याचे लक्ष शेजारच्या गच्चीकडे गेले. गच्चीचे दार उघडे होते. मघा धिरणीकर कडी घालायला विसरली असावी.

''तुम्ही येत नव्हता तेव्हा समोरची गच्चीही गायब होती काही दिवस!'' तो म्हणाला.

''गच्ची?''

''म्हणजे ती बाई, व्यायाम करते ती आणि तिचे मूल...''

यावर काही बोलावे असे तिच्याजवळ नव्हते. ती साधे हसलीही नाही.

''त्या बाईला एक समजत नाही की त्या छोट्या मुलाला ठेवून ती खुशाल बिनधास्त व्यायाम करते. गच्चीला कठडा नाही.''

''थोडासा आहे.''

''पण पुरेसा नाही. ते मूल पडेल एखादे दिवशी.''

''नाही पडणार.''

"कशावरून?"

"असंच वाटतं. तुम्ही नाही का वाचलात, एवढ्या अपघातातून!"

"हो, पण कठडा हवाच!"

"हो, हवा तर खरा." म्हणत ती उठली. एक्सरसाईज झाले. तिचा नाममात्र आधार त्याने घेतला. आज तर वॉकरही जसा तोच चालवत होता.

"तुम्ही खूप फास्ट प्रोग्रेस केला. विलपॉवर स्ट्राँग आहे तुमची."

"कॉफी घेऊ." तो म्हणाला. ती स्टुलावर बसली, तो पलंगावर, दोघांमध्ये एक स्तब्ध मौन भरून राहिले, आज तिने कपच त्याच्या हातात दिला.

"तुम्हांला एक सांगायचं आहे."

"सांगा."

"तुम्ही समजून घ्याल..."

"प्रयत्न करीन..."

"मी तुम्हांला त्या दिवशी मामांबद्दल विचारलं... ते काही खरं नाही..."

"मीही काहीतरी बोलून गेले. यू फरगेट इट."

"तसं नाही, मामा पन्नाशीला आला. लग्न करायचंच नाही त्याला... तिरशिंगराव आहे तो. तो काही लग्नबिग्नवाला नाही. आणि तुम्हीही तशाच... चक्रम, अडेलतट्टू... मी तुम्हा दोघांना जोडून पाहिलं... बस्स इतकंच..."

कधी नव्हे तो ती खळखळून हसली. इतकी की तिच्या डोळ्यांत हसता हसता पाणी आलं. तोही हसायला लागला. आणि बाजूच्या गच्चीच्या उघड्या राहिलेल्या दारातून तो गबदूल मुलगा आला. तो थोडासाच दुडदुडत चालला, पण गच्चीत चालणे त्याला सरावाचे नसावे. भिंतीला धरून पावलं टाकून तो रांगायला लागला... रांगता रांगता थांबून इकडे तिकडे पाहिलं, त्याला एकट्याला खूपच मजा वाटत असावी. मागे त्याची आई असेलच असे अनूला आणि त्यालाही वाटले पण ते मूल सरळ कठड्याकडे रांगत बसत सरकायला लागलं. तेव्हा मात्र इकडे हा घाबरला. त्याने अनूचा हात घट्ट धरला. त्याचा श्वास फुलला.

"गच्चीला कठडा नाही." तो पुटपुटला.

"त्याची आई गेली कुठे मुलाला सोडून!" तो पुन्हा म्हणाला.

"तो पडायचा नाही." अनू म्हणाली.

"असा कसा पडणार नाही." तो रागानं म्हणाला.

"मी सांगते नाही पडणार!" पण तो हळूहळू पलंगावरून उतरला. दांड्याला धरून कसाबसा अनूशिवाय. लटपटते पाय स्थिर केले. हात लांब करून भिंतीला धरले आणि जिवाच्या कराराने तो खिडकीशी पोचला. ते बाळ आता अगदी कठड्याशी आले, पण थांबले होते. कठड्याशीच. जरा वाकले, ओणवे झाले की...

संपले. खिडकीतून त्याने जोरात आवाज दिला. खिडकीची चौकट पक्की पकडून.

"धिरणीकर, अहो धिरणीकर!'' तो आवाज पोचत होता की नव्हता! की सुटलेल्या वाऱ्यात इकडे-तिकडे फेकला जात होता! त्याचे त्याला कळत नव्हते. ते मूल आता कुतूहलाने काही बघत होते. ते बघतानाच थांबले होते. ते झाडाचे वाळलेले पान होते ते तोंडात घालून पाहिले त्याने. वाऱ्याने तशी मग बरीच पाने गच्चीतून उडून त्याच्यापर्यंत आली. मग तो कठड्यापासून जरा बाजूला झाला. त्या पानांच्यात रमला. इकडे याच्या चेहऱ्यावर घाम डवरून आला. अनूही पाहत होती. बाळाची आई धावत आली. तिने त्याला उचलले. छातीशी धरले, मटामटा त्याचे पापे घेतले त्याच्या कुरळ्या जावळावर गाल घासले.

"मूर्ख नाहीतर!'' तो पुटपुटला आणि पलंगाकडे यायला लागला. भिंतीला धरून धरून अनूने हात पुढे केला पण अनूची आता तशी गरज भासत नव्हती. अनू त्याच्याकडे पाहून हसली. तोही हसला, वारे सुटले होते. पावसाचा रंग होता.

"निघते मी. पाऊस येईल.'' ती घाईनं म्हणाली.

"नाहीही येणार पाऊस. वाऱ्यानं उडून जाईल.'' तो म्हणाला. पण ती थांबली नाही. खाली कुणीतरी त्याचे नाव घेत होते. कार्तिक... कार्तिक...

"तुमच्याकडे कुणी आलं आहे.'' ती म्हणाली. जिन्याशी जाऊन जरा थबकली जरा मागे वळून पाहिले. थोडी हसलीसुद्धा. आणि हात हलवला निरोपाचा...

उद्यापासून ती यायची नव्हतीच.

किती दूर

∽∽∽∽∽∽∽∽∽

मुलाच्या रडण्याचा आवाज आला. कोवळा नवजात, तरीही चांगला खणखणीत. चांगले आठ पौंडाचे मूल. चिल्ड्रन स्पेशालिस्ट भार्गवने मूल ताब्यात घेतले. इतर गोष्टीकरता बाकीचा स्टाफ होताच. ललिताने सराईत हातांनी टाके घातले. बाई थकली होती. चोवीस तास झुंज दिली. आणि शेवटी सीझरच. तिशी ओलांडलेले वय. पहिली खेप. तरीही थकलेल्या अवस्थेतच बाईने क्षीणपणे विचारलेच, काय झालं? मग ललिताच्या लक्षात आलं की काय झालं हे... त्याची नोंद तिनं घेतलीच नसेल. बाईही तिच्या उत्तराकरता थांबलेली नव्हती. तिला काय झाले हे कळलेही. खरं म्हणजे टेबलावरच्या बाईचे नावही यावेळी ललिताला आठवत नाही. ते परिचितच आहे तरीही. नऊ महिने ही बाई तिच्याकडेच तर येत होती; परंतु आताच्या चोवीस तास चाललेल्या या झुंजीत या दोघींमध्ये फक्त एक जन्मच होता. व्हायचा असलेला आणि आता झालेला.

ललिताने ग्लोव्हज् काढले. हात धुतले. ती लेबररूमच्या बाहेर आली. समोरच्या पॅसेजमध्ये कठड्याच्या पलीकडे जाणवले मध्यान्हीचे ऊन. मध्यान्ह नुकतीच टळून गेलेली. सूर्य जरासा कलला. ऑक्टोबरचे ऊन. त्या उन्हातून तो दिसलासे वाटले. सुजय. हॉस्पिटलच्या गेटशी उभा. तिरपा. सिगारेटचे टोक ओठात. एका पायाला दुसऱ्या पायाची अढी घालून. बेफिकीर. बिनधास्त. जिन्सची पॅन्ट. मळक्या विटक्या रंगाची. कधीही न धुतलेले त्याचे महागडे बूट, पांढरे... आता मळाने त्याचा मूळचा रंगच लपलेला. मोज्यांचा टिपिकल वास. तोच का? म्हणून तिने चष्मा काढून पुन्हा पाहिले तर गेटशी कुणीच नव्हते. चमकणाऱ्या उन्हात कधी पाण्याचा आभास व्हावा तसा तो क्षणमात्र दिसला. ललिता अस्वस्थ झाली. तो होता की नव्हता हा प्रश्नच नव्हता. तो नसेलही. नाहीच. तो यावेळी गावाला कॉलेजमध्ये, नाहीतर होस्टेलमध्ये, नाहीतर रस्त्याने निरुद्देश भटकतही असू

शकतो. पायी किंवा स्कूटरने कसाही, पण हा भास फक्त त्याचाच. दुसऱ्या कुणाचाही नाही. तीच बेफिकीर बेपर्वा नजर. मनिलाची उघडी बटन्स. उभे न वळलेले हट्टी आडमुठे केस... तिने समोरच्या उन्हावरून नजर वळवली. त्या बाईच्या घरचे चेहरे दिसले. कृतज्ञ. सैलावलेले. तिच्याकरताच थांबून असलेले. ती त्यांच्याशी थोडं बोलली. यावेळी तर तिचा कुठलाही शब्द त्यांच्याकरता मोलाचा होता. ती खालच्या मजल्यावर आली. ओ.पी.डी.त तिच्याकरताच खूप गर्दी थांबून होती.

...ललिता घरी आली तेव्हा अडीच होत होते. मनोहर तिच्या आधी येऊन जेवून आराम करत होता. मनुताई तिच्याकरता वाट पाहत होत्या. त्या नेहमीच तिची वाट बघतात. तिला कितीही उशीर होवो. त्या तिच्या आधी जेवून घेत नाही. अन्न गरम करतातच. पण भात त्या मुद्दाम तिच्याकरता वेळेला लावतात आणि दोन फुलके गरम वाढतात. बाजूला अदबीने बोलत असतात. हळूहळू काहीबाही. महत्त्वाचे. बिनमहत्त्वाचे.

"डॉ. जेवले?" मनोहर झोपलेला दिसत असूनही तिने विचारले.

"हो."

"कितीला आले?"

"आत्ताच, दोनला जेवण झालं."

"कुणाचा फोन होता?" ललिताने विचारले.

"अं!" मनुताईंनी आठवण केल्यासारखे केले.

"लिहून ठेवलेला नाही. म्हणजे नसेलच महत्त्वाचा." त्या म्हणाल्या मोघम. त्या काही लपवताहेत हे तिच्या लक्षात आलं.

"म्हणजे फोन आला होता?" ललिताने विचारले.

"हो. पण जेवण होऊ दे. मी डायरी बघून सांगते. लिहिलेलं आठवत नाही तेव्हा..."

तिचं जेवण होईतो त्या खरं बोलणारच नाही हे ललिताच्या लक्षात आलं. मग ती मुकाट्याने जेवू लागली. पण जेवणात लक्ष लागेना. पोळीचा तुकडा तोडून तिने विचारलं,

"फोन सुजयचा होता?"

"नाही." मनुताई ठामपणे म्हणाल्या, कदाचित 'नाही' वर जास्तच जोर देऊन. तेव्हा ललिताने मग लक्ष देऊन नीट जेवायला सुरुवात केली. म्हणजे काही अप्रिय तर गोष्ट होतीच, पण ती सुजयबद्दलची निश्चित नव्हती. तिने निःश्वास टाकला. मग जेवून आराम करायला जातानाही तिला विचारायची आठवण झाली

नाही. पण दोन उश्या सरळ उभ्या टेकून ठेवून त्यावर डोकं टेकून डोळे मिटताना मात्र ललिताला आठवण झालीच... ती उठून मनुताईंकडे आली. त्या जेवत होत्या नेहमीसारख्या एकट्या. एकदाच सारे वाढून घेऊन, बाकी सगळं नीट ठेवून देऊन, स्वत:च केलेला चवदार स्वैपाक त्या मुळीच चवीनं जेवत नव्हत्या. त्यांचे मुळी जेवणात अजिबात लक्षच नव्हते. काहीतरी घडले असेलच. त्याशिवाय... पण ललितानेही आता त्यांचे जेवण होऊ द्यायचे ठरवले. त्या कुठेतरी दूर फाटकाबाहेरच बघत होत्या. काय बघता विचारलं तर सांगता नसतं आलं त्यांना. कारण त्या काही बघतच नसतील. डोळे असतील बाहेरच्या फाटकावर, उन्हावर, झाडावर.... पुढ्यात उतरून आलेल्या निरव निस्तब्ध दुपारीवर... ललिताच्याच वयाच्या, कदाचित तीनेक वर्षांनी थोड्या लहानच असणाऱ्या मनुताई, पन्नाशी ओलांडली असेल नुकतीच. दिसायला गोऱ्या, देखण्या, जातीनं सोनार. जात सांगायची वेळ आली तर दिमाखात 'सोनारीण' म्हणणार. मनकर्णिका नाव. या घरात आल्या त्या विधवा होऊन. दहा वर्षांची एक मुलगी सोबत आणि त्यांच्या नावाचा मनू हा अपभ्रंश. किती वर्षं गेली... मुलगी शिक्षण थांबवून कुणाचा तरी हात धरून पळून गेली. जावई, ती सगळी माणसंच बरी नव्हती. मुलीची परवड झाली. मनुताई त्याचा उल्लेख कधी टाळत नाही. उघड म्हणतात. न लपवता, जोराने ठासून. मी तिला मेले, बस्स. शिकलेल्या वाटतात. मॅट्रिक आहेतच असे वाटते. राहणे नीटनेटके. बोलणे शुद्ध, स्वच्छ, भजनी मंडळात जातात, देवळात जातात. गुणगुणत राहण्याची सवय आहे. आवाज गोड वाटतो. पण गुणगुणीपलीकडे गेल्या नाहीत. आताही त्या गुणगुणत होत्याच.

"मनुताई..." ललिता म्हणाली. ललिता समोरच उभी राहून त्या थांबल्या.

"काही हवं आहे?"

"फोन कुणाचा होता?"

"सुजयच्या कॉलेजचा." आता त्यांनी सांगून टाकले.

हे असलं ऐकायची सवय होती तरी एक ठोका चुकलाच.

"कुणाचा?"

"कुणी डॉ. सोहनी म्हणून होते..."

"वॉर्डन ते होस्टेलचे. काय म्हणत होते?"

"त्यांना तुमच्याशी, साहेबांशी बोलायचं होतं. पत्र पाठवलं आहे म्हणाले."

"किती वाजता आला फोन?"

"नऊच्या आतच. तुम्ही गेला आणि लगेचच."

"काय आहे ते नाही का सांगायचं?"

"पत्र आलं आहे."

''कमाल करता. आधी नाही का द्यायचं...''

''म्हटलं, आराम होऊ द्यावा.''

ललिताला त्यांचा एकदम राग आला. त्यांना काय पडली होती! आहोत आमचे आम्ही सहन करणारे. ललिता फ्रीजमधलं पाणी ओतून एका घोटात प्याली, साधं, न उकळलेलं...

पत्र उघडलेलं होतं. दोन पत्रं होती. एक होस्टेलचं आणि दुसरं पर्सनल डॉ. सोहनींचं.

''पत्र वाचलं तुम्ही?'' ललितानं संशयाने विचारले.

''वाचीन कशी?''

''पाकीट उघडं दिसतंय.''

''चिकटवलं नसेल बरोबर.''

इतरही पुष्कळच डाक होती. तिची, मनोहरची, मेडिकल जर्नल्स, कसल्या कॉन्फरन्सचे निमंत्रण, कुठल्याशा सेमिनारमध्ये तिला पेपर वाचायचा होता. आय. एम.ए.ची मिटिंग. सगळ्यातून मनुताईंनी ती दोन पत्रं नेमकी ओळखलेली. बाजूला ठेवलेली... कदाचित वाचलेली सुद्धा– ललिताला राग आला. तिला मनुताईंसमोर पत्रं उघडायची सुद्धा नव्हती. पण मनोहर बहुधा जागे होते. त्यांच्याही समोर ती एकदम तिला नको होती. तिने ती पत्रं वाचली. पत्रातल्या मजकुराची तिला कल्पना नव्हती असे नाही. अखेरची वॉर्निंग म्हणून यापूर्वी पत्र येऊन गेलेले आहे. पण तिची मैत्रीणही फोनवर बोललेली आहे. ती सुजयला शिकवते.

''काय लिहिलं आहे?''

''सुजयला मेडिकल कॉलेजच्या होस्टेलमधून काढून टाकलं आहे.'' याचा पुढचा भाग तिने सांगितला नाही.

असंच चालू राहिलं तर कॉलेजमधूनही रस्टिकेट करण्यात येईल... असं सोहनींच्या खाजगी पत्रात होतं.

''काहीतरी करायला पाहिजे...'' मनुताई काळजीनं म्हणाल्या. पण ललिताला ते आवडले नाही. त्या उगाच मधे मधे करतात असं वाटलं. या गोष्टीची अशी चव्हाट्यावर चर्चा तिला आवडली नाही. इतकी वर्षं घराशी मिसळून गेलेल्या मनुताई तिला यावेळी परक्या वाटल्या. सुजयबद्दलच्या अशा वार्तांची ललिताला तशी सवय आहे. तो मेडिकलला गेला तेव्हापासूनच... दोन वर्षं झाली. पहिल्या वर्षालाच कसा माहीत नाही, वेगळ्या वर्तुळात ओढला गेला. एकेक सवय लागत गेली आणि सवयीचे व्यसन. तापलेल्या लोखंडावर बोट ठेवता येऊ नये तसा तो होत गेला. त्याच्याजवळून येणारा साधा वासही उग्र होता. चोळामोळा करून फेकून देणारा होता. त्याच्याजवळ फिरकणेही अशक्य होऊन बसले. जवळ

पोचणे तर दूरच. मतीच गुंग झाली. घरात सुरक्षित वाढलेली ही मुलं आणि त्यांच्या बाहेरचे जग यात काही वेगळी विपरीतच पैदास झाली. शेकडो तर कमीच, हजारोंनी झाली. तो एकटा नव्हता. त्याच्यासारखे किती असतील. पण तिचा संबंध होता तो त्याच्याशीच. इतरांशी तिला काय करायचे होते.

रात्री मनोहर टीव्ही पाहत होता. स्टार मूव्हीवर चांगला इंग्रजी सिनेमा होता. ती जवळ येऊन उभी राहिली.

"चांगला आहे पिक्चर?" ललिताने विचारले.

"का ग?"

"सकाळी डॉ. सोहनींचा फोन होता. आपण दोघं नव्हतो."

"फोन कोणी घेतला?"

"मनुताईंनीच."

पत्रही आलं आहे. तिनं त्याला पत्र दाखवलं.

"मी फोन करतो सोहनींना. थोडे पैसे फेकले की सगळं होतं. मामला मिटवून टाक म्हणतो."

"कदाचित आता ते शक्य नसेल."

"सगळं शक्य होतं पैशांनी..."

"या वेळी ते शक्य होईलही कदाचित. पण नंतर काय? सुजय तर तसाच राहील. शिक्षा त्याला होणारच नाही. ती तुम्हाला, मलाच होईल."

मनोहरनी तिच्याकडे पाहिलं. ती काही वेगळं म्हणत होती....

"त्यापेक्षा मनोहर, त्याला परत येऊ दे. यायचं असेल तर आपण होऊन..."

"तो येईल असं वाटतं का तुला?"

"नाही. तो एकदम परत तर येणार नाही. पण..."

ती थांबली. या मुलाबद्दल काही सांगताच येत नव्हते. सगळ्या अंदाजापलीकडचा तो होता. मनोहरने टीव्ही बंद करून टाकला. ती झोपायला जायला लागली तेव्हा तिला वाटलं की कदाचित मनुताई तिथे उभ्या आहेत. आपलं बोलणं ऐकायला. ललिताला ते अजिबात आवडलं नाही.

सकाळी ललिता उठली नेहमीसारखी. मनोहरच्या आधी. तिला लवकर जायचे असते. मनोहरचे स्वत:चे नर्सिंग होम आहे. आर्थोपिडिक सर्जन आहे. बरीच वर्षं तोही ललिताबरोबरच सरकारी हॉस्पिटलमध्ये होता. पण तीनचार वर्षं झाली, त्याने स्वतंत्र सुरू केले. सुजय डॉक्टर होऊन बाहेर येईल तेव्हा त्याच्याकरता सगळे तयार राहील हा हिशोब. पण आता या मुलाने सगळ्यावर पाणी फिरवले.

मनुताई ललिताचा नाश्ता तयार करत होत्या. ललिता टेबलाशी आली. मनुताई काम करताना गुणगुणत होत्या, कोणता तरी अभंग. आवाज गोड. एरवी ती गुणगुण ऐकावीशी वाटते. पण आता वाटलं, यांचा आपल्या दु:खाशी काही संबंध आहे की नाही? हा ताजा पेपर, फुलदाणीत ताजी फुलं. समोर त्या जवळ उभ्या राहिल्या... ललिताचे खाणेपिणे होऊ दिले. ललिताला त्यांचे जवळ उभे असणे अगदी नको झाले.

"आजकाल ब्लीडिंगचा खूपच त्रास सुरू आहे. पंधरा पंधरा दिवस चालू असते. उपटून फेकून तरी द्या मेलं..." मनुताई म्हणाल्या.

एरवी मनुताईंची ही तक्रार ललिता सहानुभूतीनेच ऐकून घेते. एकदा दोनदा क्युरेटिंगही झालेले आहे. ललितानेच केले. औषधंही असतातच. विकनेसकरता टॉनिकही. पण आज आता यावेळी जाताना मनुताईंचे हे बोलणे ऐकून घेण्याच्या ती मन:स्थितीत नव्हती. ललिता तयार होऊन निघाली तेव्हा त्या व्हरांड्यापर्यंत आल्या. ललितानं लावलेल्या कुंड्याशी उभ्या राहिल्या.

"हा गुलाब चांगला लागला बरं का बाई." त्या म्हणाल्या.

ललिताने त्या कुंड्यांकडे पाहिले. प्रामाणिक बिचारी. लावली कुंडीत, खतपाणी घातलं की निमूट रुजून वर येतात... फुलं देतात...

ललितानं गॅरेजमधून गाडी काढली. सुरू करताना ती म्हणाली, "कुणाचा फोन आलाच तर आम्ही आल्यावर करायला सांगा. तुम्ही कुणाचा निरोप घेत बसू नका. साहेबांशीच बोला म्हणावं..." ललिताचा स्वर चढा.

"हो." मनुताई म्हणाल्या, नम्रतेनं.

दीडदोन वाजता दुपारी फाटक जोराने उघडल्याचा आवाज आला. माळी नुकताच काम करून गेला होता. कामवाली बाईही गेली होती. मनुताई फाटक बंद आहे हे पाहूनच आत आल्या. आता पूजा तेवढी राहिली होती. बाई आज करून गेल्या नव्हत्या. आणि नेहमीसारखे तुम्ही करून घ्या म्हणूनही सांगायलाही विसरल्या बहुधा. जीव नव्हता थाऱ्यावर बाईंचा. देव ताम्हणात काढले आणि जोरात फाटक ढकलल्याचा आवाज. धडक देऊन उघडावे तसा. त्या तशाच उठल्या. तर तो होता सुजय. स्कूटरनेच त्याने फाटक ढकलले होते. तो आत आला, दार उघडे टाकून. त्याला फाटक लावून घे म्हणून त्यांनी सांगितले. पण सुजयने ते ऐकलेही नसेल. त्यांनीच फाटक लावले. सुजय तसाच बूट-मोज्यांनी आत आला. फ्रीजमधून थंड पाण्याची बाटली तोंडाला लावली.

"आई कुठे?" त्यानी विचारले.

"हॉस्पिटलला."

"केव्हा येईल?"

"काही सांगता येत नाही. लवकरही येतात. उशीरही होतो."

"आईला फोन करा, मी आलोय म्हणून सांगा."

मनुताईंना राग आला. क्षणभर संताप झाला जिवाचा. काय दिवे लावून आलास ते, तू आलास म्हणून सांगू असं तोंडावर फेकून मारावं वाटलं. पण त्यांनी तो संताप गिळला.

"बाई ऑपरेशनमध्ये असतील. नाहीतर ओ.पी.डी.त पेशंट असतील. साहेबांना फोन कर तू." त्या म्हणाल्या. पण सुजयने वडिलांना फोन काही केला नाही. वडील या प्राण्याचा त्याला भरोसा वाटत नाही. त्यापेक्षा आई सोपी वाटते.

"काही हवं आहे का? थंड नाहीतर चहा वगैरे? की जेवायला बसतोस?"

भूक तर लागलीच आहे. पुन्हा आई-बाबा यायच्या आत जेवून घेतलेलं बरं! फोन नकोच. जेवून झोपू. आले हे मनुताई सांगतील. तोवर मामला थंड झाला असेल. आईला गियरमध्ये घ्यायला वेळ लागत नाही. बाबांचा एकदम आरडाओरडा असतो. तशी कठीण आहे हीच बाई. मनुताई. तिचा आपला डायरेक्ट संबंध नाही तरी अशी रोखून पाहते... तो काही न बोलता टेबलाशी येऊन बसला. "वाढा" म्हणाला.

"अरे बूट-मोजे काढ. हात धू. स्कूटरने आलास. नुसती धुळीची पुटं बसली सगळी."

"तुम्हाला फार बोलायची सवय आहे मनुताई. वाढा म्हणजे वाढा."

"वाढणं भागच आहे मला. पण तूच बघ. स्वत:ची किळस नाही येत तुला?" त्या म्हणाल्या.

त्याने फक्त बूट-मोजे काढले तिथेच. त्या मोज्यांचा असा वास आला. मनुताईंनी तोंड फिरवले. तो वास त्यालाही आला. मग तो गुरगुरतच हात धुऊन आला. मनुताईंनीच बूट-मोजे उचलून ठेवले.

मग ललिता आणि डॉक्टर येईतो मनुताई अगदी समोरच थांबल्या. एकदम आल्या आल्या नको सवाल जबाब. प्रथम मनोहर आला. सरळच आला. इकडे तिकडे न पाहता. त्याला काही सुजयची स्कूटर दिसली नाही. मनुताईंनी त्याच्या खोलीचे दारही लोटून घेतलेले. तरी त्यांचा जीव धास्तावत होता. थकून भागून आलेला माणूस. दुपारचे ऊन. निवांत चार घास तर गेले पाहिजेत पोटात. मनोहर आराम करायला गेला. तीन वाजता ललिता आली. आल्या आल्या तिचा प्रश्न मनुताईंना, "सुजय आला आहे?"

"हो." त्या ललिताकडे न पाहता म्हणाल्या.

"मला फोन का नाही केला?" ललिता म्हणाली.

"कुठे करायचा होता! तुम्ही कामात असणार. तसा सुजय म्हणाला फोन करा, पण मला वाटलं..."

"तुम्ही सरळ सांगितलं तसं करत का नाही मनुताई! तुमचं डोकं का वापरता? फोन कर म्हणाला तर करायचा." ललिता चिडून म्हणाली. ती सुजयच्या खोलीकडे जायला लागली.

"जेवून घेतलं असतं बाई. तोही झोपला असेल...."

ललिता त्यांचं न ऐकता सुजयच्या खोलीत गेली. लोटलेलं दार जोरानं ढकललं आणि तो खरंच झोपला होता. गाढ. पालथा. त्याच त्याच्या मळकट जिनच्या पँटने. हाताला घड्याळ तसेच. पायाचे तळवे घाण... केस तसेच त्याच्यासारखे हट्टी, आडमुठे... ललिताचा संतापच हळूहळू निवला. तिला क्षणभर त्या मुलाची कीवच आली. कुशीत न मावणाऱ्या त्या मुलाला जवळ घ्यावे, थोपटावे. त्याचे ते उभे केस, त्यातून बोटे फिरवावी... ती खोलीबाहेर आली. मनुताई ओट्याशी उभ्या होत्या, ती वाढायला सांगेल याची वाट पाहत. अन्न गरम करत. दोन फुलक्यांचा गोळा ठेवला असेलच. मघा एकदम ओरडलो त्यांच्यावर. मनुताई वाढायला आल्या.

"सुजय जेवला?"

"हो."

"काही म्हणाला."

"नाही."

"मग तुम्हीही काही विचारले नाही?"

"मी? नाही!" मनुताई म्हणाल्या.

मग ती म्हणाली. "जेवून घ्या मनुताई. खूप उशीर झाला. इतकं थांबतही नका जाऊ तुम्ही."

संध्याकाळी ललिताला फक्त एक राउंड होता. सकाळच्या एकदोन ऑपरेशनच्या पेशंटचा. त्याला उशीरही चालला असता. मनोहर मात्र हॉस्पिटलला गेला. त्याला तिने इतकेच सांगितले की सुजय आला आहे. पण भेट झाली नाही. बोलणंही नाही. आला तेव्हाचा झोपला आहे. मनोहरने अविश्वासाने तिच्याकडे पाहिले. तो आता येऊन इतका वेळ झाला आणि ही काही बोलली कशी नाही? त्याला सुजयच्या पुष्कळ गोष्टी ललिता सांगत नाही. त्या मग मागाहून कळतात. तिने त्याला वेळोवेळी पुष्कळ संरक्षण दिले आहेच. याचाही त्याला राग आहेच. मनोहर गेला. ललिता वाट पाहत राहिली. एवढे झाले आणि हा एवढा झोपू शकतो?

जसा काही सुट्टी मनवायला आला आहे दोन दिवस! ती अस्वस्थ होत वाट पाहत राहिली आणि तिच्या लक्षात आले, की ती एकटीच नाही. मनुताई सुद्धा वाट पाहत आहेत तो उठण्याची. क्षणभर चीडच आली. म्हणजे आता जे काय बोलायचं ते यांच्यासमोर. साधी प्रायव्हसी उरलेली नाही. दिवसभर इथेच असतात. सावध, कानोसा घेत... तिने मनुताईंकडे पाहिले. त्या खिडकीपलीकडे कुठेतरी पाहत होत्या. त्याही अस्वस्थ होत्या. कुठे बाहेर गेल्या नव्हत्या. भाजीबिजी, देऊळ, भजन वगैरे... अजून त्यांनी दिवेही लावले नव्हते... ललिता आत आली.

"उठवून आणू का? मनुताईंनी विचारले.

नको म्हणताना ललिता थांबली. त्याच्या खोलीचा दरवाजा उघडत होता.

"एकदम म्हणू नका काही. मी चहाबिहा आणते."

यावेळी मात्र ललिताचा राग आला नाही, त्यांच्या मधेमधे करण्याचा.

मनुताईंनी चहा दिला. सुजयला, त्यांना.

"मधलं दार लावून घ्या, मनुताई." ललिता त्यांना मुद्दाम म्हणाली. मनुताईंनी दार लावून घेतलं. ललिताने केव्हा आलास हा प्रश्न विचारला नाहीच.

"इतका का झोपलास? रात्री जागरण केलेस?"

"मे.बी. माहीत नाही."

"कसा आलास?"

हे मात्र त्याला माहीत होते. एवढे तर नक्कीच माहीत होते.

"पैसे हवे होते." तो बेदरकारपणे म्हणाला. जसे ते पैसे हा त्याचा हक्कच होता.

"कशाला?" तिने संयम राखून विचारले.

"पैसे कशाला हवे असतात?" तो उलट म्हणाला.

"तुला कशाला हवे आहेत? उडवायला?"

"तसंही समज." तो खांदे उडवून म्हणाला.

"होस्टेलमधून काढून टाकलं आहे नं तुला?"

त्याने एकदम आईकडे पाहिलं.

"डॉ. सोहनींचा फोन होता आणि पत्रही होते होस्टेलचे."

"मग बाबा त्या सोहनीला भेटले का नाही?"

"फोन केला होता बाबांनी. सगळं त्यांच्या हाताबाहेर गेलं म्हणाले डॉ. सोहोनी."

"तो सोहनी एकदम मूर्ख माणूस आहे. भंकस..." सुजय उसळून म्हणाला.

"सोहनी मूर्ख असतीलही. पण तू तर शहाणा आहेस ना?" ती म्हणाली.

तो बोलला नाही.

"तू परत ये सुजय. इथे राहा. सगळ्यातून बाहेर पड. आर्ट्स-कॉमर्स घे. मी... आम्ही तुझ्यावर रागवत नाही. हॉस्पिटलला इतक्या पेशंटना ट्रीट करतो. तू तर आमचा जवळचा..."

इथे सुजय तिरस्काराने हसला. थुंकावं असा.

"मला पैसे हवे आहेत."

"कशाला?"

"मला बाहेर रूम घेऊन राहायचे आहे. डिपॉझिट भरावे लागेल."

"किती हवेत?"

"सध्या दोन हजार."

"एवढे?"

"रुपये पाचशेच भरायचे. पण होस्टेलची मेसही बंद झाली. रुम शेअर करतो म्हणून कमी आहेत. नाहीतर..." तो थांबला. रुम शेअर करून आपण खूप उपकारच करतो आहोत अशासारखा तो म्हणत होता.

"कशावरून तुला दिलेले पैसे तू रूमकरताच खर्च करशील? आजपर्यंत किती वेगवेगळ्या बहाण्यानं तू पैसे नेलेस."

"तुझा विश्वास नसेल तर नको देऊस, मी बघून घेईन माझं..." तो उर्मटपणानं म्हणाला.

"काय बघून घेईन, सुजय. कुणाचा मुलगा तू आणि हे काय सुरू आहे तुझं?"

"हे पाहा, मी तुमचा मुलगा आहे हे मी कधी कुणाला सांगत नाही. तुम्हीही सांगू नका."

"अस्सं! मग हे पैसे तू कोणत्या हक्काने मागतोस? आणि आम्ही तो मान्यही करतो!"

"मी मागितले तर काय झालं? द्यायचे की नाही हे तुम्ही ठरवू शकता."

"नाहीच दिले तर!"

"माझी पुष्कळ ठिकाणं आहेत. तुमच्याकडे प्रथम मागितले इतकंच."

तो इतक्या रुक्षपणे म्हणाला, ती हतबुद्धच झाली. हा मुलगा साधं टेकूही देत नव्हता कुठे.

रात्री मनोहर आल्यावर पुन्हा तीच निरर्थक उजळणी, मनोहरचा आरडाओरडा. सुजयवर मात्र त्याचा परिणाम शून्य. तो उर्मटासारखा पाहत उभा. कुणीही धड जेवलं नाही. सुजय सोडून. तो मात्र जेवला चापून. मागून घेऊन. मघा उन्हातून आल्याने पाणी पाणीच झालं. जेवण गेलं नव्हतं. पुन्हा ड्रिंक असलं की जेवण

जात नाहीच. अन्नाची चव कळत नाही. किती दिवसांचा उपाशी असल्यासारखा आज तो जेवत होता. जेवून तो त्याच्या खोलीत गेला. मनोहरनं टीव्ही लावला नाही. ललिताही दिवा मालवून पडली. मनुताई तर जेवल्याच नाहीत. अन्न आवरून ठेवलं. ओटा साफ करताना सवयीनं गुणगुणायला लागल्या–

एक तत्त्व नाम, दृढ धरी मना...
हरीसी करुणा येईल तुझी...

गोड आवाज, आता तर आर्त आळवणीच. गुणगुणताना त्यांच्या डोळ्यांत पाणी आलं. नेहमी गुणगुणताना कधी आलं नाही ते... ललिताने ती गुणगुण ऐकली. फक्त गुणगुण. शब्द तर त्यांचे तोंडातल्या तोंडातच होते. त्या गुणगुणण्यातली आर्तता तिच्यापर्यंत पोचलीच नाही. ती एका तिरीमिरीत उठली.

"मनुताई–" दारातूनच ललिता म्हणाली.

मनुताई थांबल्या. तिच्याकडे वळल्या.

"गाणं म्हणताहात?"

"अभंग हो! माऊलींचा." अजूनही मनुताई त्या अभंगातून बाहेर आल्या नव्हत्या.

"कुठल्या खुशीनं गुणगुणता आहात मनुताई?" ललिता संतापलेली.

त्या भांबावल्या. हा राग कदाचित तिच्यावरचा नसेलच.

खुशी कशाची? मी तर तुमच्याच सुखदु:खाशी बांधली हो! माझं बोचकं तर मी केव्हाच बाहेर वेशीवर टांगून ठेवलंय. मनुताईंचा जीव कळवळला. पण त्या एक शब्द बोलल्या नाहीत.

सकाळी ललिता लवकर उठली. उठली, पण काही करावे वाटेना. ब्रशही करू नये. तसाच गरम कप तोंडाला लावावा. रात्रीची अस्वस्थ उशिराने लागलेली झोप.

"आणू चहा?" मनुताईंनी विचारलं. तिने पाहिलं, त्यांची आंघोळ झाली होती.

"उठला केव्हा तुम्ही?" तिनं विचारलं.

"झोप नव्हती हो!" त्या म्हणाल्या.

'तुम्ही झोपायचं! तुम्ही कशाला...' हे ओठावर आलेले शब्द तिने मागे परतवले. मग मनुताईंनीच विचारलं. "मी विचारू नये, पण राहावत नाही. काय ठरवलं?" यावेळी ललिताला त्यांचा राग आला नाही. तिने नि:श्वास टाकला.

"काही ठरवता आलं नाही. वाटतं की हे ठरवणं आपल्या हातात नाही." ती म्हणाली. इतके जन्म हातून होतात मुलांचे, मुलींचे. पण कधी कधी जन्म होताहोताच काही वेगळे होऊन जाते. आपण समोरच असतो तरी. शास्त्र इतके

प्रगत झाले तरी. मधूनच मुलाचे ठोके क्षीण होतात आणि उशीर झालेला असतो.

"मी सांगू का? पैसे द्या तुम्ही त्याला. म्हणावं. ही शेवटची संधी. ती शेवटची नसतेच. पण आपण आपल्याकरताच म्हणायचं. या मुलाचा कशावर विश्वास उरला नाही, पण आपल्याला ठेवावाच लागेल. विश्वास ठेवून पाहणं हेच जास्त सोपं जाईल बाई!"

ललिताने मनुताईंकडे पाहिलं. त्या तिच्याबद्दल बोलत होत्या की स्वत:बद्दल? दोन वर्षांपूर्वी जावई वारला. मुलीकडे गेल्या होत्या. तिला नर्सिंगचा कोर्स करायला लावते म्हणाल्या. मुलगी ऐकली नाही. छोटा पाच वर्षांचा नातू ठेवून घ्यायची तयारी होती. वेगळं बिऱ्हाड करीन म्हणाल्या.

"शरयूचं काही कळलं? पत्रबित्र?" ललितानं एकदम विचारलं.

"नाही. आमचा पत्रव्यवहारच नाही." त्या तुटकपणे म्हणाल्या.

"तुमचं ब्लीडिंग कसं आहे?"

"थोडं कमी आहे." त्या म्हणाल्या.

महिन्याभराने बारा-एक वाजता सुजय उगवला. यावेळी सामानासकट एक हॅण्डबॅग. एक शबनम. एक सुटकेस. ऑटोमधून उतरला. मनुताई समोरच होत्या. दारही उघडेच होते. गुलाबाच्या रोपाला लागलेली कीड अचानक लक्षात आली. ती न्याहाळून बघत होत्या, की कुठपर्यंत आहे! आणि समोर फाटकाशी ऑटो थांबली. त्याने– सुजयने सामान उतरवलं, फाटकाशीच ठेवलं. खिसे चाचपले. मग मनुताईंजवळ येऊन म्हणाला.

"सुटे पैसे आहेत? माझ्याजवळ शंभरची नोट..."

"किती हवेत?"

"पंचवीस."

"बसस्टँडपासून इतके लागले?"

"वीसच देतो."

मनुताई आत गेल्या. पंचवीस रुपये आणले. त्याच्या हातात दिले. त्या पाहत होत्या. बहुधा सुजयने तीनच नोटा दिल्या. मग बाकीचे? शंभराच्या नोटेची डिंग मारतो आहे. अजून नशा उतरली नाही. तोंडाला वास आहे. डोळे लालसर-तांबूस, उग्र चेहरा. तो घरात जाताना म्हणाला, "सामान आत घ्या." हुकूम करावा तसे शब्द. त्यांचा संताप झाला. इतकी वर्षे झाली. कुणी नोकर म्हणून वागवलं नाही. फाटक उघडे. ऑटो निघून गेली होती. तिथून त्याला दिसले, मनुताई तिथेच उभ्या होत्या. सामानही तसेच होते.

"मनुताई–" त्याने आवाज दिला. त्या सरळ आत आल्या. "सामान आणा."

तो त्याच उर्मटपणानं म्हणाला.

"जमणार नाही." त्या निर्णायक स्वरात म्हणाल्या. तो रागारागानं गेला. सामान घेऊन आला. मगच त्या म्हणाल्या, त्यानं सामान आणल्यावर.

"जड आहे, मला उचलणं जमलं नसतं."

"हं." त्याचा घुस्सा.

त्याला पाणीबिणी देताना विचारले, "बाईंना फोन करायचा का?"

"नाही." तो रुक्षपणाने म्हणाला.

"राहणार आहेस नं? सामान घेऊन आलास म्हणून म्हणते.." त्यांनी मुद्दाम विचारले.

"मी, मी परत आलो आहे." तो एकदम ओरडून म्हणाला. एकेका शब्दावर जोर देत. "तुमची काही हरकत आहे?" त्याच्या अशा वस्सकन अंगावर येण्याने मनुताई गोंधळल्या. 'माझी कशाची हरकत असणार बाबा...' त्या पुटपुटल्या. त्यांना सगळे माहीत होते. आठ दिवसांपूर्वीच, बाईंच्या मैत्रिणीचा फोन होता. त्याला रस्टिकेट करत होते. तीन वर्षांकरता. कसल्यातरी चळवळीत अडकला. कॉलेजमध्ये, हॉस्पिटलमध्ये धुमाकूळ घातला. मैत्रिणीलाही काही करता आलं नाही. बाई आणि डॉक्टर जाऊन आले. तीन वर्षांची दोन वर्षंही करता आली नाही. तो तर भेटलाच नाही. त्याची खोलीही सांगायला कुणी तयार नव्हतं. अखेर ती सापडली. पण तो नव्हता. कुठे आहे हेही कुणाला माहीत नव्हतं. खोलीत अजून दोघे होते. तेही काही सांगायला तयार नव्हते. त्यांना माहीतही नसेल. तो राहात असलेली ती वस्ती, ती जागा, त्याचे ते ओंगळ स्वरूप बघून ललिता हबकूनच गेली. हा तर उकिरडाच होता. रस्त्यावरचा. तोही माणसं भंगार चिवडतात रस्त्यावरचा, तसं याचं हे जगणं. घरी आल्यावर तिला तापच भरला. तिच्या बंदिस्त जगाचा हा चव्हाटा, जशी ही हॉस्पिटलची ओ.पी.डी होती.

"काळजी करू नका. येईल तो, पैशाची गरमी संपली की, तुम्ही दिलेले अजून खुळखुळत असतील खिशात... झटके पडले की आल्याशिवाय राहणार नाही." मनुताई म्हणाल्या.

तसा तो आता आला होता. आला, पण नुसताच. यावं लागलं म्हणून. हे परत येणं नव्हतं. म्हणून आल्या आल्या बिथरला होता. मनुताईंवरच रुबाब खेचत होता. त्याच्याबद्दलचे सगळेच आता उघड्यावर आले होते. तो कसा राहत होता, काय करत होता. ते सगळे. त्याचे ते अंधारे बीळ, त्यातल्या सगळ्या दैन्यासकट जणू उकिरड्यावर येऊन पडले होते. ते नेमके आईबाबांना दिसले. सगळा घुस्सा त्याचाच होता. मनुताईंना कळलेच ते... त्या यापूर्वी यातून गेल्याच होत्या नं! ती त्यांची मुलगीच होती आणि हाही काही कुणी परका थोडाच होता?

लहानपणी तो त्यांच्याजवळच तर राह्यचा. त्यांचा नि सुजयचा साक्षातच तर संबंध होता. अगदी बाईंइतका नसला तरी जवळचाच होता. याहून काय जवळचे असणार! सुखदु:खाचे तेच ते अनुभव. तेच ते वळसे...

बाबा रे तू काय नवं देणार, देऊ शकणार! आम्हीच नवे होत असतो भोगताना, सहन करताना... मनुताईंनी निश्वास टाकला.

सुजय येऊनही आठदहा दिवस झाले. अजून युद्धाला तशी सुरुवात झाली नव्हती. ते आतच धुमसत होते. त्याने दिवसभर घरातच कोंडून घेतले होते. संध्याकाळी मात्र बाहेर पडायचा. ललिता राउंडला गेल्यावर. रात्री परतायचा तो झोकून. जवळचे पैसे तर संपले होते. पण रिस्टवॉच होते. मेडिकलची पुस्तके होती. ती विकली. मनुताई पाहत होत्या. ललिता बघत होती. मनोहरही. कोणी काही बोलत नव्हतं. म्हणजे वाद करत नव्हतं. साधं बोलणं कामापुरतं असं होत होतं. ते जास्त करून मनुताईंशीच. कारण त्याच सतत घरी होत्या आणि तो. सुजय तर एखाद्या कठीण निर्विकार खडकासारखाच झाला होता.

दुपारी ललिता यायची होती. मनुताई सकाळी राहिलेला पेपर वाचत होत्या. गच्चीच्या जिन्याखाली खुडबुड वाटली म्हणून मनुताई बघायला आल्या. तो सुजय पेपरची रद्दी घेऊन जात होता. मनुताईंना पाहताच तो थांबला. थबकला, पण हातातला दोरीने बांधलेला गठ्ठा त्याने खाली ठेवला नाही.

"विकायला घेऊन चाललास?"

"हो." तो त्यांच्या डोळ्याला डोळा देत म्हणाला.

"किती येतील पैसे?"

त्याला मनुताईंचा प्रश्न कळला नाही. मग वाटलं की यांचे पंचवीस रुपये द्यायचे राहिले म्हणून म्हणतात. तो गुर्मीत काही म्हणणार होता तर त्या म्हणाल्या,

"ते किती दिवस पुरतील?"

तो बोलला नाही.

"पुन्हा मग काहीतरी शोधशील, सापडेलही ते तुला."

तो बोलला नाही.

"त्यापेक्षा स्वत:ला वीक. बघ नं. कर स्वत:ची किंमत! या पेपरच्या रद्दीइतकी तरी ती येते का बघ!"

त्याच्या डोळ्यात संताप मावत नव्हता. तो मनुताईंकडे डोळ्यातल्या अंगारांनीच बघत होता. त्याने पेपरचा गठ्ठा तिथेच टाकून दिला. तो तरातरा खोलीत चालता झाला. दार लावून घेतले. ललिता आली. समोरचा पेपरचा तो गठ्ठा. मनुताई काहीशा व्यस्त.

"काय झाले?" तिने विचारले.

"काही नाही." मनुताई अन्न गरम करायला उठल्या.

"हे पाहा, माझं जेवण होईतो तुम्ही काही सांगणार नसाल तर मी जेवतच नाही."

"काहीच नाही बाई. ही रद्दी विकायला नेत होता. मी अडवले तर चिडला!"

ती थकून खुर्चीवर बसली. "तुम्ही बोलला काही त्याला?"

"बोलायला नको होतं का?" त्या म्हणाल्या.

"नाही, असं काही नाही. सुरुवात करायचीच होती, कुठून कशी ते समजत नव्हतं. बरं झालं." ललिता म्हणाली.

सुजय त्याच्या खोलीत जागा झाला तेव्हा पूर्ण अकरा वाजले होते. ऊन सरळ त्याच्या अंगावरच आलं होतं. डोकं अजूनही जड होतं. त्याने उठण्याचा प्रयत्न केला, पण पुन्हा पडून राहिला. काल रात्री तो उशिरा परतला. किती उशिरा ते कळलं नाही, पण नेहमीची वेळ टळून गेली होती. डोक्यातली किकही उतरून गेली. घरी आला तो सगळी दारं बंद... मागचेही. व्हरांड्यातच सरळ झोपून जावे वाटले. तो काही रस्ता नव्हता. होते त्याचेच घर. त्याच्याकरता अजून शिल्लक असलेले. पण सकाळी आई-बाबा... तिथूनच झाली असती सुरुवात. तो त्याच्या खोलीच्या खिडकीशी आला. एका छोट्या कुंडीनेच त्याने खिडकीची काच बहुधा फोडली. त्या छोट्या छोट्या कुंड्या कालच आल्या नर्सरीतून, तेव्हाच त्याला राग आला होता. अजूनही हे लोक कुंडीत रोपं लावतात, लावू शकतात. ती बाई-मनुताई नेमल्यासारखी झारीने झाडांना पाणी देत बसते. हे-हे सगळे यशस्वी लोक, आई-बाबा ही यशस्वी लोकांची जमात. सकाळी उठणारी. नाश्ता करणारी. नियमित पेपर वाचणारी. करमणूक म्हणून टीव्हीच्या बातम्याही असतातच. आपापल्या मोटारी उडवत हॉस्पिटलला जातात. शिंप्यानं बेतावं तशी, इथे बरोबर डॉक्टरांची मुलं डॉक्टरच होतात. सगळे प्रीप्लॅन्ड. यांच्याकडे कॅसेट आहेत त्या न ऐकण्याकरता. पुस्तकांचे शेल्फ आहे ते न वाचण्याकरता. कुंडीतल्या बेतलेल्या झाडावरच त्यांना प्रेम करता येते हे सो कॉल्ड इंटेलिजंट. सोफेस्टिकेटेड. आई-बाप! या बुद्धिमंतांचे जग वेगळेच आहे! बरंवाईटाला इथे वेगळेच बुरखे चढवले आहेत. ही सगळी या यशस्वी लोकांची पलटण. या मनुताईही या पलटणीतल्याच... या लोकांची चमचेगिरी करतात. तो या लोकांमध्ये नाही आणि दुसऱ्या लोकांमध्येही तो बसत नाही जे निमूटपणे जगतात. तो कुणी वेगळाच बनला आहे. त्याच्याबरोबर इतरही होते अनेक. पण तो सापडला. इतर वाचले. त्यांना वाचवणारे हात बळकट होते. तो वेगळा पडला. वेगळा आणि एकटा. आता रक्तातून हिंस्र प्रवाह वाहतो, मेंदूपर्यंत पोचतो. तो त्याचा त्यालाच आवरत नाही. आता फक्त दोनच अवस्था

परिचित. गोठलेले निर्विकार आणि उकळणारा लाव्हा. बस्स... संध्याकाळी या कुंड्या आल्या, मग त्याने एका तिरीमिरीत खोलीच्या भिंतीवरच चित्रं काढली. या पलटणीतल्या लोकांची. मग स्वत:च त्यांची मुंडकी उडवली. शिरच्छेद... मनुताई बहुधा देवळात गेल्या असाव्यात. नाहीतर भजनाचा वार असेल त्यांचा...

रात्री तीच कुंडी पायाला लागली. मेंदूतल्या ठिणग्या अजून विझल्या नव्हत्या. दारूची किक तेवढी उतरली असेल. त्याने तीच कुंडी खिडकीच्या काचेवर घातली. दोन दणक्यातच काचा निखळल्या. कुंडीचीही शकलं निघाली. खिडकी रुंद चौकोनी की आडवी लांब कळलेच नाही. रस्त्यावरच्या दिव्याचा, खिडकीच्या काचेवरचा प्रकाश त्याने जीव खाऊन फोडला तेव्हा तो शांत झाला. खिडकीची चौकट धरून उतरताना हाताला काचेचे कंगोरे लागलेच. बोटं रक्ताळली. पण खिडकीला लागूनच त्याचा पलंग होता. हे यावेळीही आठवले. तो पलंगावर कुदला. तेव्हा चादरीवरही काचा विखुरलेल्या आहेत हे कळले. दिवा न लावताच त्याने चादर गोळा करून पलंगाखाली बोळा करून फेकली. गादी झटकली. दाराला आतून कडी लावायला तो विसरला नाही...

आता अकरा वाजता जाग आली. फुटलेल्या खिडकीतून मस्त ऊन आले होते. दार लावले मारे. खिडकीतून सगळेच दिसलेच असेल. तिघांनीही प्रदक्षिणा घातल्याच असतील. आईचे मनुताईंना फोन आले असतील. उठला का? तिचे नाहीतर बाबांचे. पण त्याला आता कोणी उठ म्हणत नाही. मनुताईंनाही तशी ताकीद असेल. तो उठला नाही, खोलीबाहेर पडला नाही, तर ही सगळी माणसं त्याला खोलीतल्या खोलीत गाडून टाकायला कमी करणार नाहीत. डॉक्टर आहेत. सर्जन आहेत. मुलाचं यश मिरवण्याकरता हवं या हराम...

दारावर टकटक झाली. तो आल्यापासून बहुधा प्रथमच त्याला कुणी उठवण्याकरता दार ठोठावत होतं. त्याने दार उघडले. समोर ती बाई उभी होती, मनुताई. तो मधे आणि मागे ती त्याची खोली. काल रात्री त्याने विद्रूप करून टाकलेली. तो मुद्दाम मधे दारात उभा राहिला की खोली दिसू नये.

''काय आहे?'' आज तो खेकसला नाही.

''अकरा वाजले म्हणून म्हटलं...'' मनुताई म्हणाल्या.

''आईचा फोन आला असेल, उठला का?''

''फोन! नाही तर...'' त्या म्हणाल्या.

अजूनही त्या खोलीकडे काही बघत नव्हत्या. तो तसाच टेबलाशी बसला. चहाला. पण त्यालाच त्याचे तोंड आंबट ओशट कसेतरी वाटले. त्याने मनुताईंकडे पाहिले. त्यांची आंघोळ झाली होती. आईचीच एक जुनी पण स्वच्छ साडी त्या नेसल्या होत्या. गोऱ्या होत्या. त्या दिसायलाही चांगल्या होत्या. चित्रात काढावी

तशी मान, गळा. नजर त्यांच्या शरीरावरून फिरली. अजून तरुण आहेत. इथे चमचेगिरी करत आपलं आयुष्य वाया घालवत आहेत नुसतं. त्याने ते शरीर पुन्हा पुन्हा... तो चपापला स्वत:शीच. डोळ्यांवरून हात फिरवला. डोकं हलवलं. अजूनही कालच्या झिणझिण्या शिल्लक आहेत का म्हणून. मग तो झटकन उठलाच. ब्रश करून आला. चहा घेऊन खोलीत गेला, तो मनुताई त्याची खोली झाडत होत्या. पलंगाखालची चादर त्यांनी ओढून काढली होती. कुठून तरी शेण आणून त्या बारीक काचांचे चमकते कण टिपत होत्या.

"तुम्ही कशाला आला खोलीत? मी केलं असतं." तो गुरगुरला.

"तू करशील असं वाटलंच नाही. आता लक्षात ठेवीन."

"म्हणजे अशा काचा फोडूनच आत येणार आहे का मी?" त्याला संताप यायला लागला.

"इतकी वेळ आली. त्यापेक्षा मला हाक मारायची, सुजय! माझ्या खोलीचं दार उघडंच होतं. मी नेहमी तुझ्याकरता उघडं ठेवते."

त्याने अविश्वासाने त्यांच्याकडे पाहिले.

"बाई झोपताना कडी लावतात. पण त्यांचा डोळा लागला की मी कडी काढते, तू येशील म्हणून. आता लक्षात ठेव."

त्या सहज म्हणत होत्या की मुद्दाम त्याला डिवचायला! त्या झाडायला वाकल्या होत्या. त्या ताठ झाल्या. त्याच्या लक्षात आलं की त्याची खोली त्याच केव्हातरी झाडून टाकतात. कामवाली गीता झाडत नाही. तो नसतो, इकडे तिकडे असतो तेव्हा त्याचं...

त्या सरळ झाल्या. भिंतीवर काल त्याने चितारलेली चित्रं पाहू लागल्या. त्यांना हसायला आले. "कोण रे ही सगळी?"

तो बोलला नाही.

"आणि त्यांचे डोके का रे बाबा उडवले?"

तो बोललाच नाही.

"ड्रॉईंग चांगले आहे तुझे."

संध्याकाळ झाली. तो खोलीबाहेर पडला नाही. दुपारी माणसं येऊन खिडकी बसवून गेली. त्याला कुणीही का म्हणून विचारले नाही. आता संध्याकाळचा अर्थ एकच होता आणि त्याकरता पैसे लागत होते. घरात कुणाच्याही नजरेत येणार नाही अशा कितीतरी गोष्टी होत्या. भीती आईबाबांची नव्हती. भीती फक्त या बाईची होती. कुठूनही बघते, हेरते. कसाही सूक्ष्म लहानसा आवाज, साधा ओरखडाही तिला ऐकू येतो. दुपारी गाढ झोपते, त्यावेळी तोंडावर उशी दाबून संपवले पाहिजे.

जेवणानंतर सुजय पुन्हा झोपला. जाग आली तेव्हा कळलं की झोप पूर्ण झाली आहे. तो बाहेर आला. हलकंसं वारं सुटलं होतं. उकडतही नव्हतं. संध्याकाळ अशी असते हे किती दिवसांनी दिसलं...! ललिताही बाहेर व्हरांड्यात खुर्च्या टाकून बसली होती.

"ये..." त्याला पाहताच ती म्हणाली. तो अवघडून बसला.

"अरे चांगला बस नं." ती म्हणाली. ती काही गंभीर, रागावलेली वगैरे दिसत नव्हती. रागवायचा, भांडायचाही पवित्रा नव्हता. मनुताईंनी किटली आणली. ट्रे आणला. तशी ललिताने मनोहरला आवाज दिला. खाण्याचे ठेवले होते. मनोहरला आवाज दिला, तसा तो उठायला लागला.

"अरे बस तू." ती म्हणाली.

"पहिलं खातोस की?"

"माझं जेवण झालं आहे." तो म्हणाला. अजूनही बिथरलेलाच.

"मी मात्र जेवले नाही. रात्रीच जेवेन एकदम. म्हणून आता थोडं खाऊन घेते." ती म्हणाली.

खा तू. मला कशाला सांगत बसली! त्याला वाटलं.

"आज एक वेगळं ऑपरेशन होतं." तिनं सुरुवात केली. ती त्याला त्याबद्दल सांगायला लागली. तो ऐकत नसावा असंही वाटून थोडं थांबली. पण पुन्हा बोलत राहिली. मनोहर आला. आपला कप ओतून घेतला. थोडा वेळ उभा राहिला आणि निघून गेला.

"मला आता पुन्हा जायचं आहे. चलतोस तू?" तिनं विचारलं.

"मी?" तो म्हणाला. ती काही अशक्यच म्हणते आहे असं.

"हो. मला तसाही रात्री ड्रायव्हिंगचा प्रॉब्लेम आहे. गाडी नेत नाहीच मी रात्री..."

"ड्रायव्हर ठेव तू." तो विलक्षण थंडपणे म्हणाला.

"माझ्याबरोबर चल तू आज. लवकर परत येऊ."

तो हो-नाही काही काहीच म्हणाला नाही. मग जरा वेळानं म्हणाला. "मी येऊन काय करू?"

"माझ्याबरोबर राउंडला ये."

"राउंडला...! हुं." तो थुंकावं तसा हसला.

"तुम्ही सगळे यशस्वी लोक आहात..."

"यश म्हणजे काय, सुजय?"

तो बोलला नाही.

"जे हवं असतं ते म्हणजे यश का?"

तो दुसरीकडेच कुठेतरी बघत...

"जे मिळवावे लागते, कष्टानं ते यश नं!"

तो अगदी स्तब्ध. झाडांची पानं हवेच्या झोक्याने मजेत हलत होती, ते बघत...

जे लपून जाते ते यश... जे उघड्यावर पडते ते अपयश... त्याला वाटले.

"आम्ही, सकाळी कधी कधी पहाटे सुद्धा उठून हॉस्पिटलला जातो. धड जेवायलाही घरी येता येत नाही. केव्हातरी अंथरुणाला पाठ टेकते... कशासाठी करतो हे सगळं आम्ही?"

कशासाठी! हुं... पैसे मिळवण्यासाठी... पैसे देऊन या कुंड्या जमवण्यासाठी... भंकस! काय बडबड लावली आहे. रात्रीची सोय पाहिली पाहिजे. खिसा खाली आहे.

"पैशांचा संबंध सुरुवातीला असेल. पण नंतर तो कधीच नव्हता. सुजय, आम्ही स्वतःशी बांधलेले होतो. प्रथमपासूनच..."

त्याच्या मनातलं ओळखूनच ती बोलली. तसा तो चमकला. त्याने तिच्याकडे पाहिलं. तिनंही त्याच्याकडे.

"येतोस का मग? पाहा, जबरदस्ती नाही..."

"चल." तो खूपच नाइलाजानं म्हणाला.

"तू आंघोळ करून घे. सकाळपासून केलेली नाहीस. मग आपण निघू."

"पण..." ती तिथे थांबली नाही. तो खिळल्यासारखा झाला. मनोहरचे दबलेले पण रागाचे शब्द ऐकू आले. "त्याला विचार स्कूटरचं काय केलंस? विकली की गहाण टाकली?"

"आपण घेऊन दिली असली तरी स्कूटर त्याची आहे. त्यानं काही केलं असेल तर तो आपणहून सांगेल. मनोहर, मी विश्वास ठेवायचं ठरवलं आहे, प्लीज..."

तो तयार होऊन आला. कपड्यांना इस्त्री नव्हती. डोकेही पूर्णपणे कोरडे केलेले नव्हते. तिकडे तिने दुर्लक्ष केले.

"शॉवर केला बंद?" तिनं सहज विचारावं तसं विचारलं.

"नाही. मनुताई करतील." तो निर्विकारपणे म्हणाला.

या छोट्या छोट्या गोष्टींशीही त्याचा संबंध नसल्यासारखा.

"करून ये नं तू. मनुताई कशाला?"

त्याला राग आला. पण स्नान करून बाहेर जाण्याने तो काहीसा उत्तेजितही झाला होता. तो गेला, तो मनुताईंनी शॉवर बंद केला होता.

"मी म्हटलं नं तुला त्या बंद करतील म्हणून!"

"पण तू सुरू केलास नं सुजय? बघ, अशा कितीतरी लहान लहान गोष्टींनी सुरुवात होऊ शकेल..."

"तू मला रस्ताभर हेच सुनावणार असशील तर मी येत नाही."

"ठीक आहे. चल." ती पड खाऊन म्हणाली.

तिनं किल्ल्या दिल्या. त्याने गाडी सुरू केली... किती दिवसांत... त्याला वेग वाढवायचा होता. पण खूप गर्दी होती रस्त्यात.

"कधी तरी रात्री जाऊ लाँग ड्राइव्हला." तो म्हणाला.

"आजही जाऊ शकतो जेवणानंतर."

"आजच नको." तो पुन्हा एकदम तुटक झाला... "स्कूटर मी विकली नाही." तो म्हणाला.

"असू दे. मी विचारलं आहे का?"

"थोडे पैसे घेतले तिच्यावर... ते पैसे दिले तर ती परतही आणता येईल."

"ठीक आहे. म्हणशील तर बाबांच्या हॉस्पिटलचा नारायण घेऊन येईल. तूही आणू शकतोस!"

"मी!" तो अविश्वासाने म्हणाला. स्वत:बद्दलच्याच.

हॉस्पिटल आले. ती खाली उतरली.

"मी तासाभरात येते, इथे गाडीजवळच. वाटलं तर तू वॉर्डमधून फिरून ये. कुठलाही वॉर्ड घे. कंटाळा आला तर परत जा. मी येईन ऑटोबिटोने..."

ती गेली. ऐटीत. रुबाबात. पांढरा ॲप्रन. ललिता. डॉ. ललिता. गायनॅकॉलॉजिस्ट डॉ. एल. एम. हरदास. तिच्या पदव्यांची लांबलचक माळ... तो पाय खेचतील तसा वळला. किती वेळ माहीत नाही, फिरला. आई, स्वत:ला मोकळं ठेव म्हणाली. पण मनापुढे काही नव्हतेही. तो मोकळाच होता. नि:संग... त्याच अवस्थेत तो फिरला. फिरत राहिला या वॉर्डातून त्या वॉर्डात. त्याला ओळखणारे, हटकणारे कुणीही नव्हते. उधारी मागायला अडवणारेही नव्हते. डॉ. ललिता हरदासांचा मुलगा म्हणून त्याच्याशी कुणीही थांबत नव्हते. हा सूडच होता एक प्रकारचा. त्याला घ्यायचा असलेला. त्याची पावलं वेगात पडायला लागली. आणि असं फिरता फिरता केव्हातरी मनातली ती सूडाची भावना विरली. तो कोणावर कशाला घ्यायचा होता हेच शिल्लक राहिले नाही. तो काहीतरी वेगळंच पाहत होता. दोन वर्षं मेडिकलला असूनही त्याला हे का दिसलं नव्हतं. त्याला कळत नव्हतं. तो असा नव्हता. या वॉर्डातल्या पेशंटसारखा. यांच्यापेक्षा वेगळा, वरचा असू शकेल असा कुणीतरी होता. तो गाडीशी आला. आई अजून आली नव्हती. थोडा वेळ थांबला. आई नव्हती आलेली. सवयीने मनगटावरले घड्याळ पाहिले. ते त्याने विकले होते. त्याला चीड आली. बुटाची एक लाथ त्याने त्वेषाने गाडीवरच हाणली. आई अजूनही येत नव्हती. मूर्खासारखी इथे वाट पाहत बसलो आहोत. किल्ल्या जवळ आहेत. पण निघूनही जाता येत नाही. कुणीतरी जवळ येऊन उभं राहिलं. तो ओळखत नव्हता.

"तू डॉ. हरदासांचा मुलगा नं?" समोरच्या बाई म्हणत होत्या.

"नाही." तो निर्विकारपणे म्हणाला.

त्या बाईला आश्चर्य वाटलेले दिसले.

"गाडी पण डॉक्टर हरदासांचीच वाटली... म्हणूनही वाटलं असेल."

"ड्रायव्हर आहे मी त्यांचा." तो म्हणाला.

त्या बाईंचा गोंधळ अजूनही होताच. ती गेली म्हणजे नुसती वळली. तसा तो मोठ्याने हसला...

ललिता येऊन उभी राहिली. तरी तो भानावर नव्हता.

"थोडा उशीर झाला नं!" ती म्हणाली.

तो बोलला नाही.

"बोअर झाला असशील?"

त्याने मुकाट्याने गाडी सुरू केली.

"घरीच गेलं पाहिजे असं नाही. म्हणशील तर लाँग ड्राइव्हला.."

"नको." तो म्हणाला.

"काय केलंस?"

"वाट पाहिली तुझी मूर्खासारखी." तो चिडून म्हणाला. सांगण्यासारखं जे होतं ते सांगता येत नव्हतं असं नाही. पण सांगायचंच नव्हतं.

"सॉरी." ती म्हणाली. गाडी हॉस्पिटलच्या आवाराबाहेर आली. तिनं थकून मागच्या सीटवर डोळे मिटून घेतले...

रात्री मनोहर कूस पालटत होता. ललितालाही झोप नव्हती.

"झोप येत नाही नं?" ती म्हणाली. त्याच्या हातावर हात ठेवत.

"येईल." तो म्हणाला. एक टोला पडला.

"किती?" त्याने विचारले.

"साडेअकरा असावेत."

"साडेबारा होऊन गेले वाटतं... ललिता, शेवटी आपल्या निष्ठा, आपले परिश्रम, सगळं आपल्याबरोबरच संपेल. एवढं हॉस्पिटल उभं केलं..."

"पण मनोहर, आपण काही गमावलं नाही. या मुलांनी मात्र... ती धड इकडची राहिली नाहीत की तिकडची. आपल्यापेक्षा ती सगळ्या गोष्टींना जास्त एक्सपोज झाली तरीही, कदाचित म्हणूनही असेल... त्यांचा अविश्वासही खोटा आहे आणि विश्वास त्यांना परिचितच नाही. वाईट याचं वाटतं की या सगळ्यात आपलाही मुलगा आहे..." तिचा स्वर कातर झाला.

"त्याला हाकलून दे घरातून..." तो थांबला.

ती रडत होती. तिचे असे रडणे त्याच्या कधीच ओळखीचे नव्हते. नेहमी

त्याचाच आरडाओरडा असायचा. ती प्रत्येक वेळी संयमानेच राहिली. वागली.

"ललिता!" तिच्या पाठीवर त्याने हात ठेवला. तो अगदी स्तब्ध होऊन गेला.

मनोहर घरी यायची वेळ होती आणि कर्कश्श बेल वाजली. मनुताईने दार उघडले. दोन मुलं. सुजयसारखीच. तोच नमुना.

"सुजय आहे?"

"काय काम आहे?"

"त्याने पैसे घेतले होते."

"किती?"

"माझे पन्नास... याचे..."

"तो घरी नाही." त्या दारात आडवं आल्यासारख्या उभ्या. लक्ष फाटकाकडे. मनोहरच्या गाडीकडे.

"तो घरीच असतो यावेळी. मला माहीत आहे."

"हे पाहा, हे भल्या माणसांचे घर आहे. पाचपन्नास रुपयांकरता इथे पुन्हा येऊ नका. पैसे खरंच द्यायचे असतील तर सुजय देईल आणून..." तरीही त्या पोरांचे समाधान होत नव्हते. ती मनुताईंच्या पलीकडे डोकावून पाहत होती.

"सांगितलं नं तो घरी नाही म्हणून?" त्या इतक्या तीव्र स्वरात म्हणाल्या की खोलीत ऐकत असलेला सुजयही चपापला. ती मुलं निघून गेली. तशीच फाटक उघडं टाकून. मनुताई ते लावून आल्या आणि सरळ आत गेल्या. सुजयकडे साधा कटाक्षही त्यांनी टाकला नाही की त्याला एका शब्दाने विचारलं नाही. मग तोच बाहेर आला. तो घुटमळला... जरा मृदू झाला. चेहऱ्यावरचा बेफिकीर उर्मट भावही जरा निवळला.

"काय हवं आहे?" त्या रुक्षपणे म्हणाल्या.

"मघा ती मुलं आली होती..."

"मग..."

"पैसे खरंच द्यायचे आहेत."

"मला ते माहीत आहे. हेच नसतील, अजूनही पुष्कळ असतील. तुला काय वाटलं, तुझ्याकरता खोटं बोलले मी? डॉक्टर येतील आता. भुकेले, थकलेले. त्यांच्यासमोर तमाशा नको..."

तो त्या अपमानाने चिडला. त्यापेक्षा स्वत:वरच जास्त चिडला. त्याने मनुताईंकडे पाहिले. त्यांचे साधेच शब्द, पण कुत्र्यासारखे वस्सकन अंगावर आले. या बाईचे इमान आहे हे त्याच्याशी नाही. त्या त्याला त्या लायकीचा समजतच नाहीत. असं रागावून बघतानाही मनुताई वेगळ्याच तऱ्हेनं त्याच्यासमोर उभ्या राहिल्या. त्यांचा

गोरा रंग, गोरी मान, उभट कपाळ, दंडावर गोंदवलेली अक्षरं– त्यांचे दंड-गळ्याखालचा खळगा त्या अर्ध्या वयाच्या स्त्रीचे हे शरीर. त्याचे एक अनावर आकर्षण त्याला वाटले... आणि तसाच संतापही, तीव्र टोकाचा. त्या आकर्षणाला लागून तिथेच... दुपारी असतात झोपलेल्या तेव्हा तोंडावर उशी दाबून धरण्याचीही ऊर्मी... ते रोखून बघणारे डोळे. सुरीपेक्षाही धार असलेले शब्द. सगळं त्या उशीखाली दाबून धरलं की... मिनीटही लागणार नाही. घुसमटेल, धडपडेल आणि शांत होईल. स्सालं, मालकाच्या दारातलं कुत्रं आणि रुबाब केवढा! चोवीस तास पहारा देत बसते.

सकाळी ललिता आणि डॉक्टर गेल्यावर सुजय उठला. घरात सामसूम. बाई काम करून गेली. माळीही गेला बाग कापून, त्याला नीट आकार देऊन. त्याला जाऊ देऊन सुजय बाहेर गेला. ऑटो ठरवून आला. ऑटोवाला आत येऊन त्या कुंड्या उचलायला लागला. एक-दोन कुंड्या त्याने ऑटोत ठेवल्या आणि मनुताईंना दिसले. त्या आल्या. त्यांना बरं नसावं. चेहरा ओढलेला.

"कुंड्या कुठे नेतोस?" त्यांनी त्या ऑटोवाल्यालाच विचारले. रागाने, दरडावून. तो गोंधळला. उचलत असलेली कुंडी त्याने खाली टाकून दिली. "या साहेबांनी सांगितलं."

"कुंड्या कुठे न्यायच्च्या आहेत, सुजय?"

"मला हव्या आहेत."

"कशाला?"

"विकायच्या आहेत." तो बेडरपणे म्हणाला.

मनुताई ऑटोकडे वळल्या.

"तू जा बाबा. त्या कुंड्या इथे आणून ठेव. तुझे किती पैसे झाले ते घेऊन जा."

मनुताई आत गेल्या. ऑटोचे पैसे घेऊन आल्या.

"पाचच रुपये?"

"चौकातूनच आणलं नं? मग पुरे आहेत इतके." ऑटोवाला कुरकुरत गेला.

"का रे बाबा, आता कुंड्यावरच आली का संक्रांत?"

"मनुताई, मधे मधे करू नका. सांगून ठेवतो."

इथे आपण एकेका पैशाला मोताद आणि ही माणसं कुंड्यांचा शौक करतात!

"अरे मालक आहेस तू! मालकासारखं वाग. व्यसनं करायची ती स्वाभिमानाने कर नं! या चोऱ्यामाऱ्या कशाला? आपल्याच घरात?"

"मी नाही मालक बिलक. माझा कुणाशी कशाशी काही संबंध नाही."

"सगळा असतो संबंध, समजलं? साध्या खिडकीची काच फोडून आला तर

हात कापले. दिवसभर घरात काम सुरू होतं खिडकी बसवण्याचं, त्याचा कोणाशी संबंध होता? माझ्याशी? या घरातल्या आणि घराबाहेरच्याही गोष्टींशी आपला संबंध असतो. जवळचा, दूरचा...''

''माझा नाही. मी एकटा आहे. आय ॲम अलोन ॲण्ड प्लीज लीव्ह मी अलोन!'' तो ओरडून म्हणाला.

''माहीत आहे मला. सगळीच एकटी असतात. कोणी नसतं दुकटं. उगीच इंग्रजीत बोललं की खरं होत नाही ते!'' त्या म्हणाल्या. आणि आत जाऊन निजल्या त्यांच्या खोलीत. यावेळी ही त्यांची आराम करण्याची वेळ नव्हती... तरीही...

रविवार होता. नेहमीची घाई नव्हती. मनुताई गुणगुणत होत्या. खोलवरची आर्त गुणगुण. ललिता न्हाऊन आली. तो त्या एकदम थांबल्याच. ललिताला थोडे भरून आले. केव्हातरी घुश्शात त्यांच्यावर ओरडलो. ''काय म्हणताहात. गोड वाटते.'' ती म्हणाली.

''भजनातला अभंग आहे.''

''काय आहेत शब्द?''

''गौळणींनो हाटासी जाऊ झणी, विकूया दही, दूध, लोणी.''

''हाट म्हणजे?'' ललिताने विचारले.

''हाट म्हणजे बाजार. पण हा बाजार वेगळा आहे बाई. मोजलेले दाम आणि विकत घ्यायची वस्तू एका तोडीच्या नाही. दाम नाममात्र. वस्तूचे मोल जास्त आहे.''

''अर्थ कुणी सांगितला?''

''त्या शिकवणाऱ्या बाई आहेत, त्याच सांगतात.''

ललिता स्वत:शीच खिन्न हसली. एवढे जन्म हातून घडतात रोजचे. त्या जन्माशी असलेले आपले इमान कधी ढळले नाही. तरीही एखाद्या शापासारखा हा मुलगा, नजरेसमोर. रोज स्वत:चंच विद्रूप पाहावं तसा...

''मनुताई...'' ती एकदम आवेगाने म्हणाली आणि थांबली. मनुताई अजूनही अभंगाच्या तंद्रीतच होत्या.

''तुम्हाला कधी सगळे निरर्थक नाही वाटले?'' मनुताईंनी चमकून ललिताकडे पाहिले.

कशाबद्दल बाई म्हणतात?

''वाटतं की कशात काही अर्थच नाही. हे माहीत असूनही आपण तेच ते करतो. पुन्हा पुन्हा... वारंवार...''

मनुताई बोलल्या नाहीत.

"तुम्ही तर इतकं भोगलं, स्वतःचं... पुन्हा आता मुलीचं.."

मनुताई थोडा वेळ स्तब्ध झाल्या. मग म्हणाल्या, "तुमच्यात आणि आमच्यात एक फरक आहे बाई. आम्ही आमचं दुःख वेशीवर टांगून ठेवतो आणि आनंद मात्र मनात ठेवतो. मग अर्थाबिर्थाची वेळच येते कुठे?"

ललिताने मनुताईंकडे पाहिले. त्या काय म्हणत होत्या?

मनुताई गुणगुणत होत्या. त्यांची नेहमीची गुणगुण खोल. अन्तर्मुख. डोळ्यात उमटणारी... ललिता आली. जेवून आराम करून हॉस्पिटलला जाण्याआधी.

"झाला आराम?" नेहमी काही वेगळं महत्त्वाचं सांगायचं असलं की मनुताई तिच्या आरामजेवणाची फिकीर करायच्या. तसं ललितानं जपून विचारलं.

"हो."

"स्वैपाक कसा वाटला नव्या बाईंचा?"

"चांगला तर आहे." मनुताई म्हणाल्या.

"तुमच्यासारखा नाही पण..."

"प्रत्येकाच्या हाताला वेगळी चव असते." मनुताई हसून म्हणाल्या.

मग ललिता म्हणाली, "पुढच्या आठवड्यात तुम्ही हॉस्पिटलला ॲडमिट होऊन जा. गर्भाशय काढावे लागेल."

"काय झाले आहे?"

"विशेष नाही. ट्युमर आहे. ऑपरेशनने ठीक होईल."

"बरं." त्या म्हणाल्या. जास्त विचारले नाही.

"मनुताई, ऑपरेशन तसे मेजर म्हणजे मोठे आहे. मुलीला बोलावून घ्यायचे असेल तर–"

मनुताई थोडा वेळ बोलल्या नाहीत. मग म्हणाल्या,

"मरणार असेल तर बोलवा."

"मराल कशानं मनुताई. पण अशा वेळी आपली माणसं जवळ हवी असतात."

"आहेत नं. तुम्ही, साहेब..." त्या म्हणाल्या.

सुजयला दिसले की मनुताई निजून आहेत. यावेळी सकाळी त्याच्या उठण्याच्या वेळी. त्याला चहा पाहिजे होता. आणि त्या झोपून होत्या. गीता फरशी पुसत होती.

"चहा हवा आहे." तो निजलेल्या मनुताईंकडे पाहत मोठ्याने म्हणाला.

"करून घेतोस का?" त्या म्हणाल्या.

तो गॅसजवळ गेला. लायटर घेतला. भांडे, कप, डबे, त्याला सगळं अनोळखी वाटलं. पूर्वी अभ्यासाला उठायचा पहाटे. स्वतःचा चहा करून घ्यायचा तेव्हा कशी

सगळ्या गोष्टींची ओळख होती. जागा परिचयाच्या होत्या. भांडं उतरवताना त्याच्या लक्षात आलं. त्याच्या हाताला किंचित कंप आहे. त्याने दुसऱ्या हाताने मग तो हात धरून ठेवला.... हातातला कपसुद्धा कापत होता... कप तोंडाला लावला तेव्हा निजल्या निजल्याच मनुताई म्हणाल्या,

"अरे दात-बित घासलेच नाही का?"

निजून आहे बाई तरी तिथून लक्ष ठेवते...

"दूध ठेव रे फ्रीजमध्ये." त्या तिथून सांगत होत्या.

तो उठला. दोन्ही हातांनी घट्ट धरून दुधाचा गंज फ्रीजमधे ठेवला. झाकण दिसले नाही. तेव्हा जेवणाची भांडी झाकलेली होती त्यावरचे झाकण काढले.

"भाजी झाक, सुजय."

आता यानंतर त्या बोलतील तर तोंड दाबून ठेवावं लागेल. उठल्या उठल्या कुणी बोलायला सुरुवात केली की त्याला आवडत नाही. तो पुन्हा त्याच्या खोलीत जायला लागला. आता त्याच्या त्या एका खोलीशिवाय त्याला पूर्ण घर अपरिचित होते. जिथे तो इतकी वर्षं राहत होता. परवा आईने माळ्यावरचे रद्दी सामान काढले, त्यात त्याची छोटी सायकल होती. पूर्वी केव्हातरी तो तिच्यावरच सायकल शिकला असे आईनेच कित्तीदा सांगितले.

ठेवायची का? आईने विचारलं त्याला, तेव्हा त्याला वाटलं होतं की, विकली तर किती येतील पैसे. आता प्रत्येक गोष्टीचा संबंध त्या विकण्याशीच आहे. कुठल्याही गोष्टीचा आता त्याला दुसरा उपयोग नाही. तो किंचित अस्वस्थ झाला. दोन्ही हात कापत आहेत हे त्याच्या लक्षात आलं... खोलीत जाता जाता तो थबकला. देवघराशी चंदनी नक्षीचा सुबकसा देव्हारा. त्यातला लाईट. पूजेची चांदीची उपकरणं.. ताम्हन, पळी, निरांजन, दह्यादुधाच्या नैवेद्याच्या छोट्या छोट्या वाट्या, उदबत्तीचे घर, समई... सगळे दिव्याच्या उजेडात चमकत होते. झळाळत होते. पूजा होऊन पुष्कळ वेळ झाला असावा. आई जातानाच करून गेली असेल. वाहिलेली फुलं तर चिमून खालीही पडली होती. स्नान केलेले ते देवही त्याच्यासारखेच पारोसे दिसत होते आणि झळाळत होती ती चांदीची उपकरणं... त्याचे डोळे चमकले. एकेक विकले तरी किती दिवसांची सोय होईल... तो असा पाहतच होता. प्रथम चांदीची पळीच घ्यावी. छोटीच आहे. एकदम आरडाओरडा व्हायचा नाही. आताच, यावेळी. नाहीतरी ही बाई झोपलीच आहे. ओरडली तर तिचीच उशी तोंडावर दाबून... तो अजून ती पळी घ्यायला खाली वाकायचा होता. तरी ती मूर्ख बाई तिथून ओरडली. ती ओरडली नसेलही. साधंच म्हणाली असेल, पण त्याला तसे वाटले.

"सुजय, काय करतोस तिथे देवाजवळ, आंघोळ झाली नाही नं तुझी?"

त्याने नि:श्वास टाकला, हं, म्हणजे ही आंघोळीबद्दल म्हणत होती. तिला काही

संशय आला नसेलच... पण हिला घाबरायचे कशाला? तो त्याच्या खोलीत गेला...

ललिता जेवायला आली. जेवलास का म्हणून विचारले. तो हो म्हणाला. कसं वाटलं जेवण? तिने विचारले. तीच असे काहीतरी विचारते आणि त्याच्याशी बोलणं चालू ठेवते. संवाद ठेवू पाहते. नाहीतर बोलावं असं दोघांमध्ये आता काही उरलंही नाही. पूर्वी असं नव्हतं. साधेही बोलणे रंगायचे. मर्माचे वाटायचे. विषयांना अंत नसे. आता बोलण्याची वेळ मनुताईंशीच जास्त येते. बाबा तर बोलतच नाहीत. त्यांना त्याच्याशी बिनकामाचे बोलता येतच नाही. दोघांमध्ये कित्येक दिवस संभाषण झाले नसेल. तो काही बोलला नाही तेव्हा ललिताच म्हणाली, "मनुताईंनी चहा नाही केला. त्यांना बरं नाही. दुसऱ्या बाईंनी केला. मनुताई हॉस्पिटलला ॲडमिट होताहेत." त्याला त्याच्याशी काही गम्य नव्हतं. स्वैंपाक कुणीही करो. तोंडाची चवच गेली होती. ललिताला त्याच्याशी आणखीही काही बोलायचे दिसले. पण तो थांबला नाही. मनात अजूनही ती चांदीची उपकरणं, त्यातली पळी होती.

तो जागा झाला तेव्हा पाच वाजले होते संध्याकाळचे. मनोहर, ललिता घरी होते. खोलीबाहेर निघावं की नाही याचा निर्णय होत नव्हता. पण आता लोळायचा कंटाळा आला. तो फ्रीजमधून पाणी घ्यायला लागला. बाटलीच तोंडाला लावत होता तो. वाटलं, की मनुताई रोखून पाहत आहेत. त्याने टेबलावरचा ग्लास घेतला. बाई तर झोपली होती शांत. तिरपी नजर देव्हाऱ्याकडे वळली तर ती चांदीची भांडी तिथे नव्हती. त्याने डोळे फाडून फाडून पाहिले. ती नव्हती. नव्हतीच ती. झाडून सारी उचलली होती. तो एका तिरीमिरीत आईकडे गेला. ती तिच्या कुंड्यांजवळ होती. तिच्या गुलाबाला कळी आली होती त्याचे कौतुक करत.

"ती चांदीची भांडी दिसत नाही?" त्याने विचारले.

ललिताने त्याच्याकडे रोखून पाहिले. क्षणभर. मग हसून म्हणाली, "का रे?"

"नाही, काही नाही. मघा होती..."

"ती आत ठेवली. नवीन बाई कामाला आहे. मनुताईही नाहीत काही दिवस म्हणून..."

हे डोकं आईचं नाही. हे या बाईचं. तिनंच सांगितलं असेल. तो चरफडला.

सकाळी तो उशिराच उठला. पाहिले तो अंगाखाली उशी होती. त्याला विचित्र वाटले. काल रात्रीची झोप झाली होती. आई गोदरेजलाच किल्ल्या विसरून गेली. मनुताई निजलेल्या. फार पैसे नव्हते. आई आजकाल ठेवतच नाही. पण त्याची सोय होण्यापुरते होते. घरी परतला तर अकरा पावणेअकरा. समोरचे फाटक बंद. कुलूप

लावून बंद. दरवाजाही बंद. मग मनुताईंनी सांगितलेले आठवले. मनुताईंच्या खोलीचे दार नुसते लागलेले. ढकलले तर उघडले. ते त्याने पुन्हा लावूनही घेतले नाही. त्याचा दार लावण्याशी संबंध नव्हता. मनुताई गाढ झोपलेल्या होत्या. इतक्या लवकर त्या इतक्या गाढ झोपत नाही. पण आज झोपल्या होत्या. त्यांचे पांघरुण सरकले होते. पोटऱ्या उघड्या पडलेल्या. त्यांची गोरी मांडी. या मनुताई होत्याच कुठे? ती एक स्त्रीच होती आणि तिच्या शरीराचे हे आकर्षण... नुसते आकर्षणच नाही... त्याहूनही वेगळे काही... डोळ्यांना धड दिसतही नव्हते. तो समोर झाला आणि ती उशी दिसली. ती बाजूला झाली होती. ती त्यांच्या तोंडावर दाबून धरायचीही एक तीव्र उर्मी उठली. ती त्या शरीराच्या अभिलाषेत विरघळली, जसे त्याच्या ग्लासात बर्फाचे क्यूब्ज... तो गोंधळला. त्याने डोळ्यांवरून हात फिरवला. तो कापत होता. तो त्याच्या खोलीत गेला. बूटबीट काही न काढता तो पलंगावर कोसळला.. रात्री चित्रविचित्र स्वप्नं पडत राहिली.

चहाच्या कपावरून त्याचे लक्ष त्या देव्हाऱ्याकडे गेले. तो चमकला. उत्तेजित झाला. कप घेऊनच तिकडे गेला. मनुताई त्यांच्या पलंगावर नव्हत्या. आसपासही नव्हत्या. देव्हाऱ्यात चांदीची देवीची मूर्ती चमकत होती. छोटी. हातात वीणा घेतलेली. काल इतर भांड्यांमध्ये ती लक्षात आली नाही. पण आज तिला वाहिलेले फूल बाजूला सरकून पडलेले आणि ती मूर्ती समोर आली. खुणावत. छोटीशी. खिशात मावून जाईल अशी... तो पाहत होता, अंदाज घेत. आताच की नंतर...!

"काय रे सुजय?" मागून मनुताईंचा आवाज आलाच.

"काही नाही." तो तिथेच उभा राहिला. मुद्दाम, सहज उभं आहोत असं भासवून. मग जुळवून म्हणाला, "फूल, फूल बघतो गुलाबाचे."

"ते नं पिवळ्या गुलाबाचे? बाईंनी लावलेलं! त्याचं पहिलं फूल आहे!" मनुताई विश्वास ठेवून म्हणाल्या. ते फूल पिवळे की काळे याच्याशी त्याला काही कर्तव्य नव्हते. ते त्या कुंडीतले असेल, आईने लावलेले असेल तर ते त्याला पायाखालीच चिरडायचे होते. पण तरीही तो थोडा गोंधळला. ही समोरची बाई... काल रात्री स्वप्नात हिचे उघडे शरीर कितीदा... आणि ती उशीही अनेकदा तिच्या तोंडावर दाबून धरली. या बाईच्या नि:शंक निरभ्र जगाची त्याला प्रथमच भीती वाटली. तो स्वत:शीच थबकला. असा तो किती दिवसात थबकलाच नव्हता. आरसा समोर नसतानाही स्वत:चे रूप त्याला दिसले. रापलेला रंग, दाढी वाढलेली, राठ, कंगवा न घुसणारे केस, स्वत:च्याच शरीराचा घामट वास, तोंडातली ओशट चव, निर्जीव होत चाललेली बुबुळं, रस्त्यावरचा साधा कुत्रा पाहतो, तर ते डोळेसुद्धा काहीतरी बोलतात... तो भ्याला. नखशिखांत थरथरला. तो कंप होता की भीती? त्याला कळले नाही. जेवून तो दिवसभर झोपून राहिला. जागा झाला तेव्हा बाबा घरी

होते. त्यांच्या खोलीत. नवीन बाई स्वैंपाकाला आली होती. स्वैंपाकघरात काही सुरू होते तिचे. देव्हाऱ्यात समई उजळलेली. चांदीच्या ऐवजी आज पितळी समई आणि ती मूर्ती. चांदीची देवी. हातात वीणा... त्याला एकदम निकडच भासली. अंगातला एकेक कपडाही विकून घ्यावा अशी निकड... तो देव्हाऱ्याजवळ गेला. मनुताई आसपास नव्हत्या. घरातच नव्हत्या. भजनाबिजनाला गेल्या असतील. त्या कुठे गेल्या हे महत्त्वाचे नाही. त्या यावेळी नाहीत हे महत्त्वाचे. ती चांदीची देवीची मूर्ती आणि तो यामधे आता कुणी नव्हते. तो आता मालकच होता. स्वत:चा; तो देव्हाऱ्याशी गेला. ती मूर्ती समईच्या प्रकाशात कालच्यापेक्षाही आकर्षक दिसली. इतर पितळी देवांत ती उठून दिसत होती. मूर्तीची घडण नाजूक होती. नाजूक नक्षीकाम होते. डोळे सुद्धा सजीव वाटत होते. गाईच्या डोळ्यांसारखे. मनुताई नाहीतर ती मूर्तीच रोखून बघते असं वाटलं. तो खाली वाकलेला, पुन्हा सरळ झाला. मनावर एक दडपण आलं. घरात कुणीही नव्हतं. निर्जीव सामान, निर्जीव वस्तू, भिंती आणि तो. बाबांच्याही गाडीचा आवाज आला. जाताना. स्वैंपाकघरात फोडणीचा वास आणि तो पुन्हा वाकला. डोळे मिटूनच मूर्ती हातात घेतली. हात कापत होता. पण पडली नाही. ती त्याने पकडली. आता मूर्तीचे डोळे निर्जीवच वाटले. त्याने ती पटकन खिशात टाकली. हात खिशातच ठेवला मूर्तीवर... बाहेर बसला पायरीवर. त्याला न आवडणाऱ्या त्या कुंड्या आसपास. बाईंचा स्वयंपाक झाला. त्या जाते म्हणाल्या. गेल्या. तो पायरीवरच थांबला. मनुताई येतील देवळातून की कुठून मग सटकायचे... अर्धा तास, दीड-दोन, अडीच-तीन तास. तो अस्वस्थ व्हायला लागला. बाई येत नव्हती आणि तो अडकून पडला होता. त्याला थांबवणारे, नको जाऊ म्हणणारे कुणी नव्हते. काय करतोस म्हणून टोकणारे कुणी नव्हते. नाहीतरी त्याचा कशाशी संबंधच नव्हता. दार उघडे टाकून काय किंवा कुलूपही लावून तो जाता तरी काय फरक पडत होता? पण तो जाऊ शकत नाही हे त्याला कळले. आपल्याला काय रोखते आहे तेच त्याला कळेना. त्याला मनुताईंचाच प्रचंड राग आला. सगळ्या जगावर थुंकायला निघाला होता आणि त्या एकट्या बाईने त्याला असे अडकवलेले होते. त्याला निघता येत नव्हते. असहाय, एकटा असा तो कितीतरी वेळ तडफडत होता. किती वेळ गेला कळले नाही. त्याच्याशी कुठलाही संबंध नसलेले घराचे ते आवार, झाड, चंद्राचा सौम्य प्रकाश आणि तो...

ललिता आणि मनोहर एकत्रच आले. तो तसाच पायरीवर बसून. दोघं बोलतच आले. तो तसाच बसलेला दिसताच मनोहर स्तब्ध झाला. आत निघून गेला. तिने मात्र विचारले,

"काय रे? असा का बसलास?"

“घरी कुणीच कसे नाही? मनुताई कुठे गायब झाल्या?”

“म्हणजे? तुला माहीत नाही? घरीच असतोस नं तू! त्या अॅडमिट झाल्या आहेत आज.”

“काय झाले त्यांना?” आई काही बोलली होती वाटतं.

“टोटल हिस्ट्रेक्टॉमी. ब्लीडिंगचा त्रास आहेच किती दिवसांचा.”

“काही कॉम्प्लीकेशन्स नाहीत नं?”

“फायब्रॉईड यूटरस. म्हणून तर...”

“पण मॅलिगन्सी नाही नं...”

“नाही. नसावी. बायोप्सीनंतरच...”

“कधी आहे ऑपरेशन?”

“तीन-चार दिवसांनी.”

एवढे सगळे बोलणे पायरीवरच थबकून झाले. मग ललिता आत गेली. तोही उठला. ललिता तिच्या खोलीत जातच होती तर म्हणाला,

“म्हणजे रिस्क नाही नं काही?”

ललिताने त्याच्याकडे पाहिले.

“तशी नाही. पण डायबेटिजही आहे म्हणून...”

“ऑपरेशन तूच करशील नं?”

“नाही. डॉ. मित्रा करतील. आपल्याच माणसाच्यावेळी एखादेवेळी माझ्यातला डॉक्टर काम नाही करणार!”

“त्यांच्या मुलीला का बोलावून घेत नाही?”

“अरे म्हटलं मी त्यांना. पण जिद्दी आहेत त्या. मरणार असेल तर बोलवा म्हणाल्या.”

किती दिवसांनी तो एखाद्या साध्या माणसासारखा बोलत होता! ललिताने त्याच्याकडे पाहिलं. सगळं विचारून झालं तरी तो तिथे तसाच उभा राहिला. स्तब्ध. काहीसा अस्वस्थ. बाहेरच्या अंधाराकडे बघत. तो किती दूर निघून आला होता! स्वत:पासूनच.

निर्मोही

जीप धावत होती. जीपच्या मागे मागे तापल्या डांबरी रस्त्यावरची गरम उष्ण धूळ कानाला भाजून काढणाऱ्या झळात मिसळलेली. दोन्ही बाजूला पाने जणू ओरबाडून काढावीत अशी नग्न झाडे. त्यांचीच निष्पर्ण छाया वेडीवाकडी पडलेली. डांबरी रस्त्यावर दूर मृगजळाचे वाहते ओहळ...जीप जशी त्याकरताच धावते आहे– त्या दिशेने. मुख्य शहरापासून आठ-नऊ किलोमीटरचा रस्ता उन्हात जास्तच लांब झालेला. नीनाने कानावर बांधलेला रुमाल घट्ट केला. एकदोन आचके दिल्यासारखी जीप थांबली. तेव्हा तिने लल्लूला विचारले,

"काय झालं?"

"काही नाही. रस्ता बघतो."

तिने पाहिले, तो डावीकडे एका मैदानात मिसळून गेलेली कच्ची सडक. सडक कसली! इकडे त्या सडकेचे एक टोक तेवढे दिसत होते; पण दुसरे टोक त्या मुरमाड फताड्या मैदानात घुसून दिसेनासे झालेले. जरा पुढे एक बस-स्टँडची पाटी टवके उडालेली. तिथेच दिसूच नये या बेताने एक पाटी. त्यावर काढलेल्या बाणाचे टोक होते, तिथे 'वृद्धाश्रम' ही अक्षरे. त्या चार अक्षरांची अवस्था अशी, की ती नसती तरी फरक पडत नव्हता. बाणाचे टोक होते त्या दिशेने एक वाट पडलेली दिसली. एकात एक झालेल्या टायरच्या चाकांच्या खुणा तीवर होत्या. नीनाला एकदम सोबत सापडावी तसे झाले. चला, आपल्यापूर्वी कुणीतरी या वाटेवरुन गेले आहे. एकदा नव्हे, अनेकदा. लल्लूने जीप वळवली. बाजूला जरा वेळाने झोपड्या लागल्या. तोटी उखडलेला कोरडा नळ. तिथे पाण्याची वाट बघणारे पितळी चकचकीत हंडे. जीपच्या मागे धावणारी काही पोरे... वस्तीच्या या खुणा पाहून नीनाला बरे वाटले.

जीप वृद्धाश्रमाच्या लोखंडी फाटकाशी उभी राहिली. चौकीदाराची म्हणून

असलेली टिनाच्या पत्र्याची जागा रिकामी होती. आतले प्रचंड आवार आणि एका कोपऱ्यात निमूट उभा असलेला तो वृद्धाश्रम. लल्लूने उतरुन फाटक उघडले. ऑफिस असेल अशी वाटणारी एक बैठी अनुत्सुक खोली. खोलीसमोर जीप थांबवली. आवाजाने कुणीही बाहेर आले नाही. पण बाजूच्या एका जाळीच्या खुराड्यातून काही चेहरे डोकावले. नीना 'ऑफिस' अशी पाटी असलेल्या त्या खोलीशी आली. दार उघडे पण खुर्चीवर कुणीही नाही. मग समोरून दोघी येताना दिसल्या. त्यांच्यामागे वृद्धाश्रमाकडे पाहिले तो मघा दिसले नव्हते ते झाड दिसले. बुंध्यापासून तो वरच्या आभाळाकडे फाकलेल्या फांद्यांना फक्त शेंड्यावर पानांचे काही झुपके होते.

नीनाला 'या' वगैरे न म्हणताच त्या बाई ऑफिसमध्ये गेल्या. आपल्या खुर्चीत बसल्या. दुसरी बाजूला उभी राहिली. नीना समोरच्या खुर्चीत. वर फॅनकडे पाहत. तो फिरत नव्हता.

"बिघडला आहे." बाई म्हणाल्या, "म्हणून तर..."

म्हणून तर काय? काहीही असू शकते. नीनाला वाटले.

"पाणी?"

"नको." समोरच्या एका माठाकडे पाहत नीना म्हणाली. मग तिने पर्स काढली.

"डोनेशन..."

"आम्ही चेक घेत नाही." बाई म्हणाल्या.

"मला सांगितलं आहे." नीनाने दोन हजार काढले. मोजून दिले.

बाई नोटा घेऊन म्हणाल्या, "खरं म्हणजे फार कमी होतात."

"हजाराच्या आत नको असं सांगितलं. मी दोन हजार..."

"तुमचं ठीक आहे. पण इथं बायका येतात. त्यांना पोचवताना लोक पैसे देतात. काही महिने नंतरही देतात. पण नंतर सारं बंद होतं. इथल्या बायकांना वाटतं, आपल्याकरता पैसा येतो. आपला इथल्या सगळ्या गोष्टींवर हक्क आहे. त्या आळशी, ऐदी होतात. फार प्रॉब्लेम असतात. आम्ही लोकाश्रयावरच असतो... आणि हिचा तर आम्हांला एक पैसा मिळालेला नाही. म्हणून तर..."

"बाई ठीक वाटली. रुळली तर आणखी देता येतील."

"सगळे म्हणतात तसं... पण..."

नीनाने मुकाट्याने पाचशेची नोट काढली.

"बाई तयार आहे? मी आज येईन हे कळवलं होतं."

"हो. इतक्या सगळ्याजणींतून एकच यायला तयार होती. बाकी नको म्हणाल्या."

"का? इथून बाहेर पडता येतं तर..."

“ते कुणाला हवं असतं? स्वतःबद्दल इतका विचारही तर केलेला नसतो! पुन्हा बाहेर बदल कसा असेल याची खात्री कुठं असते? बाहेरूनच तर त्या इथं आलेल्या असतात.”

“माझ्या गरजा मी सांगितल्या होत्या. माझी आई आहे, वय सत्तरीच्या जवळ. हट्टानं एकटी राहते. माझ्याकडे येत नाही. मी एकटीच मुलगी. तिला सोबत म्हणून राहायचं, आणि पडेल ते काम करायचं... पगार..”

“इथल्या नियमाप्रमाणं पाचशे रुपये बँकेत भरायचे. बाईच्या नावानं, मग वर किती द्यायचे ते तुमच्या इच्छेनुसार. बाई तुमच्याकडेच राहील, तेव्हा...”

बाईंनी फॉर्म नीनाकडे सरकवला. नीनाने फॉर्म भरून दिला. एक प्लेट समोर आली. तेलाचा जेमतेम स्पर्श असलेली उपरपेंडी. लिंबू, सोबत चहा.

“मला नको.”

“ड्रायव्हरला दे.” बाईंनी सांगितलं.

“या बायकांना असं कुणी घेऊन जातं मधूनमधून?” नीनाने विचारले.

“हो. गरजेप्रमाणं. पण या टिकत नाहीत. बहुधा इथंच परततात. चमत्कारिक सवयी असतात यांच्या, त्या नडतात.”

“तुम्ही त्या सवयींना वळण लावून नाही पाहत?”

“अहो, अर्ध्यावर आयुष्य घालवून त्या इथं येतात आणि आश्रमाबद्दल त्यांना जिव्हाळा मुळीच नसतो.”

“वृद्धाश्रम असा लांब, एकीकडे का?” नीनाने विचारले.

“एवढी जागा कुठं मिळेल?... कृष्णाला बोलावून आण.” बाई म्हणाल्या.

जरा वेळाने बाई आली.

“ही कृष्णा.”

नीनाने तिच्याकडे पाहिले. बाईचे वय पन्नाशीचे होते. कदाचित आतलेच. वयाने तर ती वृद्धाश्रमाची वाटली नाही. पण तेलाचा फक्त स्पर्शच असलेल्या त्या उपरपेंडीसारखी त्या बाईची रया. काहीसा गोल चेहरा. कृश. उंच. उंची इतकी की काठीला साडी गुंडाळावी अशी. साडी नेसणेही गबाळे. एका रंगाची साडी तर कुठल्या भलत्या रंगाचे ब्लाऊज. दोन्ही हातांत वेगवेगळ्या रंगाची काचेची एकएक बांगडी. कमालीची निर्विकार नजर. मात्र या सगळ्याला विसंगत असे तिचे केस. काळेभोर, जाड आणि लांबही असतील. तेही गबाळेपणी बांधलेले. चेहऱ्यावर पसरलेले.

“तुम्ही कृष्णा...”

नजरेनेच ‘हो’ म्हटले. थोडी मान हलवली.

“तुम्ही यायला तयार आहात?”

''हो तं म्हटलं.''

एकदा 'हो' म्हटल्यावर प्रश्न कशाला हा आविर्भाव.

''इथं कशा आलात?''

बाई गप्प. उत्तर द्यायचे नसेल कदाचित.

''म्हणजे इथं का यावं लागलं?''

नीनाने विचारले. तरीही गप्पच. सांगण्याजोगे नसेल. पण काही कळले तर
पाहिजे.

''मावशीबरोबर.''

''सख्खी मावशी?''

उत्तर नाही... सख्खबिख्खं कुणी नसतं आम्हांला..

''घरचं इतर नाही कुणी?''

''नाही.'' कोरडा शब्द.

''यजमान?''

''लग्न नाही झालं.''

''आडनाव?''

बाई थोडी अडखळली सांगताना. मग म्हणाली, ''देशभ्रतार...''

खरे म्हणजे हे तिचे आडनाव नाही. तिच्या शेजारच्या घरचे आडनाव. पण
इथेही तिने तेच भरले रजिस्टरमधे, आली तेव्हा. काही फरक पडला नाही.

''तुमचं घर कुठं होतं पण? कुठून आलात?''

नीनाला बाईचा ठावठिकाणा हवा होता.

...कुठे होते घर? होते का पण घर? घरी एक मावशी होती, पण ती आईची
बहीण नव्हती. गावची नदी समोर आली. एरवी ओलांडता येणारी ती नदी
पावसाळ्यात केवढी व्हायची! क्षणमात्र नदीतले ते तिचे पोहणे आठवले. पाण्याचा
तो गार छानसा स्पर्श... क्षणात ती पूर्ववत झाली. निर्विकारशी.

''रजिस्टरमधे सारी माहिती आहे.''

नीनाला वाटले, कशाला हवी चौकशी? काही वेगळे असले तर? गरज आहे.
आहे तसे निभावून न्यावे. टिकेल तितकी ठेवावी. ती उठली.

''चला. सामान घ्या तुमचं.''

''बाई–'' ती– कृष्णा म्हणाली.

''काय?''

''तुम्ही मला पैसे देणार... पाचशे महिना... त्यातले पंचवीस आता द्या.''

''आता?'' नीना गोंधळली. खरे तर यापेक्षा जास्त पैसे तिला देऊ शकत
होते. पाचशे तर बँकेत भरायचे. यापेक्षा जास्त पैशांवर तिचा हक्क होता. पण

तिची मागण्याची पद्धत नीनाला आवडली नाही.

"देते. सामान घ्या तुम्ही. जीपमधे देते."

कृष्णा तिचे सामान घ्यायला गेली. ऑफिसमधे लावलेल्या जुन्या घड्याळाचा एक टोला पडला. साऱ्या मरगळलेल्या परिसरात तो एकच टोला जिवंत वाटला नीनाला. तो टोला, त्याहीपेक्षा वेळ दाखवणारे हे घड्याळ... हे घड्याळ आणि त्या उघड्यावाघड्या झाडाच्या शेंड्यावरली ती पानं..

"आश्रम दाखवते तुम्हांला..." त्या बाई म्हणाल्या. नीनाला अजिबात रस नव्हता. पण नाही म्हणता आले नाही.

"बाहेर काढ सगळ्या जणींना." बाईंनी हाताखालच्या बाईला फर्मावले. नीना त्या शब्दालाच अडखळली आणि खरेच जनावरांना हुसकून बाहेर काढावे तसेच त्या सगळ्या जणींना बाहेर काढले. हॉल म्हणता येईल अशा खोलीत. अद्याप मघाच्या खाण्याच्या खरकट्या प्लेट्स आणि चहाचे कप तिथे पडले होते.

"उचला, उचला हे.." बाईंचा आवाज चढला.

नीना त्या सगळ्या जणींकडे पाहत होती. एकजात अनुत्सुक नजरा. एकजात भरभरीत राठ डोकी. सुरकुतलेली, सैल पडलेली तांबूस काया. रंग उडालेल्या फिक्या तिखटासारखी. सगळ्याच काही वृद्ध नव्हत्या.

"आम्ही यांना रोज पेपर वाचायला लावतो. महिन्यातून एकदा सिनेमाला नेतो. टी.व्ही. पण आहे. पण सध्या बिघडला."

"कधीच चालू नव्हता..." मधेच एक बोलली. पण त्याचे बाईंना काही वाटले नाही.

ती– कृष्णा आली पिशवीत कपडे घेऊन. पिशवी फार मोठी नव्हती. तरी रिकामी वाटत होती.

"एवढंच सामान?"

"हो."

एक साडी अंगावर, एक पिशवीत, एक अंगपुसणे, कंगवा.. याहून काय?

नीनाने पाहिले. पिशवीचा एक बंद तुटला होता. एका बंदाने तिने पिशवी धरलेली.

"दोरा नव्हता. उद्या..."

नीना काही बोलली नाही. "चला." ती म्हणाली, कृष्णा तिच्या मागे. साधे फाटकापर्यंतही कुणी नाही आले.

जीपमधे बसताच नीना वॉटरबॅगमधले पाणी घटाघटा प्याली. लल्लू जीप सुरू करत होता, तो कृष्णा म्हणाली,

"पंचवीस रुपये देतो म्हणाल्या."

नीनाने पर्स उघडली. "चिल्लर..."

"चिल्लर मिळेल." कृष्णा म्हणाली.

जीप धावू लागली. वस्ती आली. भाजी बाजार लागला. तेव्हा कृष्णा म्हणाली, "थांबा."

"काय आहे?" नीना कातावली.

लल्लूने जीप थांबवली. कृष्णा खाली उतरली. नीनाने दिलेली नोट पोलक्यातून काढली. नीनाच्या लक्षात आले. पायांत चपला नव्हत्या. दहा मिनिटांत आली. हातातच दोन केळी, दोन आंबे-रसाचे, एक सफरचंद घेतले. जीपमधे बसल्याबसल्या उरलेली चिल्लर नीनाला परत देऊ लागली.

"असू दे."

"सगळे?"

"हो!" नीना चिडून म्हणाली.

"मी कुठं ठेवू? या विसाचा अलग हिशेब ठेवा."

तिला जीपमधून उतरवून द्यावं, इतका राग नीनाला आला. तिचा पदर उडत होता. "सरकून बसा हो!" नीनाला तिचा सारखा राग यायला लागला. जीपमधेच बाई केळं खायला लागली. साल रस्त्यावर भिरकावले. केळं संपून आंबा खाणे सुरू झाले.

"रस्त्यात साल फेकू नका हो!"

"मग कुठं?" बाई एकाग्रतेने खात म्हणाली.

बंगल्याशी गाडी थांबली. नीना उतरली. कृष्णा तशीच बसून.

"अरे उतरा नं."

"मला वाटलं..."

तिचे न ऐकता नीना पुढे गेली. अनुराधाबाई ज्ञानेश्वरी वाचत होत्या. नीना येताच त्यांनी पुस्तक मिटले.

"बाई मिळाली. पण तुला फारशी पटेलसं वाटत नाही."

"तुला पटली नं?"

"मलाही नाही. पण त्यातल्या त्यात... निवडीला काही फार जागा नव्हती."

हे आपण चालत्याबोलत्या माणसाबद्दल बोलत नसून एखाद्या वस्तूसंबंधी बोलतोय का?... नीना एकदम थांबली. मागे पाहिले तर पुन्हा ती बाई गायब. पाहिले तर अंगणात आपली उभी. ती बंदतुटकी पिशवी लोंबकळवत.

"आत या हो." नीनाचा आवाज चढला.

"मला वाटलं..."

"तुमचं वाटणं ठेवा हो गुंडाळून. साधं मागं यायला काय होतं? चपला तिथं काढा."

"चपला नाही." बाई शांतपणे म्हणाली.

एकदम काही सुचले नाही. मग नीना म्हणाली, "ही माझी आई. हिच्याकरताच तुम्हांला आणलं. ही सांगेल तसं करा."

"सगळं करीन. पण कुणाचं आजारपण, हगलंमुतलं नाही काढणार. आताच सांगितलेलं बरं..." ती तटकन म्हणाली.

नीनाचा संताप संताप होत होता. ते ओळखून अनुराधाबाई म्हणाल्या, "तेवढी वेळ यायची नाही."

"तेच म्हटलं." आता बाईचा स्वर तसा साधा. मऊ झाला.

"या, बसा," अनुराधाबाई म्हणाल्या. तशी ती होती त्या जागी कोपऱ्यात बसून गेली खालीच. हात वगैरे न धुता तसाच तंबाखू चोळायला लागली.

"तंबाखू खाता तुम्ही?" अनुराधाबाईंनी विचारले.

"का? नको खाऊ?" बाईंचा प्रतिप्रश्न. म्हणजे 'खाणं चालणार नाही का?' वगैरे सूर नाही का? 'का खाऊ नये?' असाच आविर्भाव. कमरेवर हात देऊन म्हणावं असा.

अनुराधाबाई हसू दाबत म्हणाल्या, "नाही, खा नं! खा. नीनाचे वडील खायचे तेव्हा तर पानदान होतं घरी."

"घरमालक गुजरले का?" तिने विचारले.

नीना रागाने काही बोलत होती तोच अनुराधाबाई म्हणाल्या, "पुष्कळ वर्षं झाली... जा, मागं अंगणात नळ आहे. बाहेर नहाणी आहे, हातपाय धुऊन या. जराशानं आंघोळ करा."

"नको, ठीक आहे." बाई तिथून हलेना.

"काय ठीक आहे?" नीना रागाने पाहत होती.

"गाडीतनं त आली. काही घाण नाही."

"आम्हांला चालत नाही तसं!" नीना दरडावूनच बोलली.

मग बाई उठली. नळावरून हातपाय धुऊन आली. दोन मिनिटांत. हात मनगटापर्यंतच ओला. पावलांवर तर फक्त शिंतोडे. चेहरा डोक्यापर्यंतच जेमतेम ओला. पदरानेच चेहरा पुसत पुन्हा होती त्या जागी बसायला गेली. आता तिच्या मागे लागून आंघोळ करवण्याचा पेशन्स नीनात नव्हता. अनुराधाबाईंनी पाहिलं तर बाई ढिम्म बसून. नवीन माणूस, नवीन परिसर, घर, झाडे, सगळीकडे माणूस साध्याश्या कुतूहलाने बघतो तेवढेही ती बघत नव्हती.

"तुझं नाव कृष्णा नाही का?" आता अनुराधाबाईंनी विचारले. अहोजाहोचे

उपचार संपवून.

"हो."

"मला तू अनुताई म्हण. अनुराधा नाव आहे माझं. आज थकली आहेस. उद्यापासून कामाला सुरुवात कर."

त्या जे काही सांगत होत्या ते ती ऐकतही होती की नाही?

"तुमची जेवायची वेळ काय असते? आश्रमात साडेसातच्या ठोक्याला जेवायला..." बाईंने एकदम विचारले.

अनुराधाबाईंनी तिच्याकडे पाहिले. अनाकारित, कसलेही संस्कार न घडलेली ही. ओबडधोबड दगडासारखी. वापरून, हाताळून दगडाचे काठ गुळगुळीत झालेले नव्हते.

अनुराधाबाईंना नेहमीसारखी चारलाच जाग आली. थोडा वेळ अंथरुणावर काढला. मग उठल्या. समोरच्या अंगणात सुखदेव चौकीदार झोपलेला आणि मागच्या अंगणात खाटेवर चटई टाकून ही कृष्णा. सकाळी थोडी थंडी पडते बाहेर तरी पांघरायला वगैरे घेतले नाही, मागितलेही नाही. जशी रात्री झोपलेली एका कडेवर प्राजक्ताच्या झाडाकडे तोंड करून, तशीच झोपलेली. गाढ... इतकं गाढ कसं झोपू शकतं कुणी? पूर्वी आपणही बाहेर झोपत होतो अंगणात. या दिवसांत उताणं पडून आकाशातल्या चांदण्या मोजताना झोप लागून जायची गाढ. आताही हलकासा पहाटवारा सुटलेला. प्राजक्ताची फुलं खाली टपटपत होती. हीच त्यांची खाली उतरायची वेळ...

सुखदेव उठला. दूध आणून दिले. चहा घेऊन निघाला तेव्हा झोपलेल्या बाईकडे पाहून विचारले, "उठवू का?"

"नको, पहिलाच दिवस. झोप नसेल लागली रात्री. पहाटे डोळा लागला असेल एखादवेळी."

"भाजी आणून देऊ?"

"नको. आज हिला पाठवीन. असेलही. हो, आणि रात्री अगदी आठलाच आलं पाहिजे असं नाही. ये नऊपर्यंत. आहे ही..."

सुखदेव गेला. सात वाजले तरी बाई उठण्याचे चिन्ह नव्हते. मग अनुराधाबाईंनी तिला उठवले. हाकांचा उपयोग नव्हता. हलवूनच जागे करावे लागले. उठून बसल्या बसल्या कृष्णाने वेडावाकडा आळस दिला– बाईंसमोरच. मग पुष्कळ वेळ लावून कडूनिंबाच्या काडीने दात घासत बसली– जशी ती कामाला आलीच नव्हती; चार दिवस पाहुणपणालाच आली होती. मग बाईंनीच केलेला चहा घेतला. चांगला दोन कप. मग म्हणाली,

"हं, सांगा. काय काम आहे?"

बाईंना हसू आले.

"झाडून काढा अंगण खराट्यानं. मागचंपुढचं अंगण..."

कृष्णाने खराटा उचलला. लख्ख झाडून काढले. झाडताना प्राजक्ताखालची फुलेही लोटत नेली. अनुराधाबाईंना पाहवले नाही. "अगं, अगं, फुलं उचलून नाही का घ्यायची!"

"कशाला?" तिचा प्रश्न.

ही चलाख, मूर्ख की भाबडी? अनुराधाबाई तिच्याकडे पाहत होत्या. झाडले मात्र लवकर आणि चांगले लख्ख.

"हं. सांगा."

"आता तू आंघोळ करून ये."

"आत्ता?"

"हो."

"तुम्ही नाश्ता करत नाही का?" तिने विचारले.

"नाही, नाश्ता केला तर मला जेवण जात नाही. पण तू तुझ्याकरता करू शकतेस. तू आंघोळ करून ये मग."

कृष्णाने पाहिले... सारखं आंघोळ आंघोळ काय लावलं या बाईंनी? इतक्या लवकर तिने कधीच आंघोळ केली नाही.

"मला सुई-धागा द्या." तिने म्हटले.

बाईंनी दिला. "काय शिवायचं आहे?"

तिने सांगितले नाही. पिशवीचा बंद शिवला. मग साडी फाटली होती ती शिवू लागली.

"इतकी फाटकी साडी... ठेवून दे ती. माझ्या देते दोन साड्या. त्यांवर ब्लाऊजही आहे. थोडा मोठा होईल."

"टाके मारून घेईन."

"परकरही आहे." साडीखालून तिचा विरलेला परकर दिसत होता, तो पाहून बाई म्हणाल्या.

बाईंना दिलेल्या ब्लाऊजला टाके घालून कृष्णाने सुई-दोरा परत केला.

"असू दे तुझ्याजवळ."

"मी आणीन माझा दुपारी." ती म्हणाली.

बाईंनी मागच्या अंगणातली टिनाचे दार लावलेली नहाणी दाखवली. पण ती नळाखालीच बसली. ब्लाऊज तेवढे काढून. साडीनीच. आजूबाजूच्या बंगल्यातून दिसू शकले असते.

"अगं, आत नहाणीत कर आंघोळ." त्या म्हणाल्या.

"कशाला?"

...कशाला म्हणजे काय? ती अंग धुऊन आली. बाईंनी कंगवा, तेल दिले.

"कशाला? आहे कंगवा."

"तो फेकून दे, हा वापर."

कृष्णाला आता भूक लागली. आश्रमात नऊला नाश्ता देतात. नऊ झाले की पोटात आग पडते जशी.

"मी काही खाऊ?"

"खा. काय खातेस?"

"पोहे... दूध-पोहे, दही-पोहे, नाही तर तेल-मीठ-पोहे, तिखटाची भुकटी..."

"घे." बाईंनी सगळे दाखवले.

खाऊन झाल्यावर हातानेच तोंड पुसून कृष्णा काही म्हणायला गेली.

"अगं, तोंड धुवून ये." बाईंनी टोकले.

...किती मागं लागते ही बाई! कृष्णाने त्यांच्याकडे पाहिले.

"तुमची पोरगी कुठं गेली?"

"ती काल रात्रीच गेली तिच्या गावाला. मुलांची सकाळची शाळा असते. नवऱ्याचंही ऑफिस. तीही कॉलेजमधे शिकवते."

"नवरा आहे का? मला वाटलं, नाहीच. गळ्यात काळी पोत. मंगळसूत्र नव्हतं." तिने विचारायचा साधा संकोचही केला नाही.

"माझ्या नावानं पैसे बँकेत ठेवणार होत्या बाई."

"हो. जसं काय ठरलं असेल ते."

"त्यातले अर्धे मला लागतील– आज-उद्याच."

"तुला कशाला लागतात? बँकेत असलेले बरे. हातखर्चाला तर मी देईनच. हात आहेत, पाय आहेत, कधी दुखणं आलं, पैशाची तरतूद हवी म्हणून बँकेत."

"मला काही होत नाही. नखात रोग नाही माझ्या. अर्धे पैसे मला हातात लागतील." ती साधे, सरळ सांगत होती. स्वर गुर्मीचा नव्हता.

"ठीक आहे. लागतील तेव्हा मागून घे. आताही देऊ शकते."

"आता काय करायचं सांगा."

"स्वैपाक कर. फ्रिजमधून भाजी काढ. ते डाळ-तांदळाचे डबे..." बाईंनी सगळे दाखवले.

"मला येत नाही." कृष्णाने सांगितले.

"काय येत नाही?"

"स्वैपाक."

अनुराधाबाई पाहत राहिल्या. असे असू शकते? या वयात बाईला स्वैपाकच येत नाही? ती खोटे बोलत नसावी.

"असं कसं?"

"म्हणजे तांदूळ-डाळ शिजवता येतात. भाजी, आंबटगोड वरण नाही येत. पोळ्या– तुमचे फुलके नाही येत. जाड्या रोट्या येतात. भाकरी नीट नाही येत."

"इतक्या वर्षांत कधी कामच नाही पडलं?" बाईंना ते खरे वाटेना.

"तुमच्यासारखं स्वैपाकाचं काम नाही पडलं. आमचं काय? तेल मिळालं. नाही मिळालं."

अनुराधाबाईंनी मग सगळे सांगितले. समजावून दिले. खरे म्हणजे स्वैपाक तसा त्यांनीच केला. कृष्णा तेवढी हाताशी. बाईंना स्वैपाकाची आवड. हे कर, ते कर. आता एकट्या असतात. लागतही नाही काही. सकाळचे संध्याकाळी संपत नाही. पण आता ही कृष्णा आली. हिला शिकवण्याच्या निमित्ताने होईल पुन्हा. त्यांना हुरूप आला. बाई थोड्या सुखावल्या. समोर काही अनागर, उघडेवाघडे, आकारहीन असे होते; बाईंना ते घडवायचे होते. हिला घडायचे होते की नाही माहीत नाही; पण बाईंना ते करायचे होते. किती दिवसांनी करता यावे असे काही समोर आले. सकाळचा वेळ कसा निघून गेला– भागवत उघडायचीसुद्धा आठवण आली नाही.

कृष्णाला दुपारी झोपायची अजिबात सवय नव्हती. बाई झोपल्या होत्या. बाई म्हणाल्या होत्या, की त्यांना अनूताई म्हण. पण तिने नाही म्हटले, 'बाई'च म्हणणे सुरू केले. आज जेवण तुडुंब झालेले. बाईंचा एकच फुलका, आणि तिचे किती ते मोजावे वाटेना. बाईंसारखा स्वैपाक तर नाही, पण फुलके लागले जमायला. एकेका घासाचा फुलका. बाईंनी शिकवलेल्या आंबटगोड वरणात विरघळून जायचा. आज तर केळी उरली होती. ती कशी कुस्करायची, एकजीव करायची ते त्यांनीच सांगितले. मग साखर कशी घोळायची तेही. चांगले एकजीव करायचे, मग दूध. इतके छान लागले. केळ तर नेहमी खाते, दूधही मिळाले अधूनमधून. पण शिकरण... तरी बाईंनी साय पडू दिली नाही. दुपार इथे इतकी शांत नसते. आश्रमातल्यासारखी. शहर आहे. वाहनांचा आवाज, शाळा सुटण्याच्या-भरण्याच्या वेळा... त्या वेळी स्कूल-ड्रेस घातलेली मुले रस्त्याने जातात. बाईंचा बंगला भर रस्त्यावर कोपऱ्यात आहे. शेजारी थोडी ओळख झाली. तिथली मुलगी डॉक्टरी शिकते मेडिकल कॉलेजात. ऐटीत स्कूटरवरून जाते. बाजूला इतके बंगले आहेत; तरी अजून होऊनच राहिलेत. तसा हा भाग गजबजलेला. ती वर्दळ कृष्णाला बरी वाटली. घरही बरं आहे. बाई तशी जरा मागे लागते, पण खाण्यापिण्याची चंगळ

आहे. मधूनच त्यांची पोरगी, तिचा नवरा, कधी मुले येऊन टपकतात. ती पोरगी जरा कटकटी आहे; पण ती इथे राहत नाही. तसे स्वातंत्र्यही आहे. घरी टी.व्ही.वर सिनेमा असतो. तो हळू आवाजात बघायला लागतो एवढेच.

कृष्णाने पेपर उघडला. पहिल्या पानाचा तिला कंटाळा येई. आश्रमात ते वाचावे लागे. शाळेतल्या अभ्यासासारखे... पेपरमधल्या निधनवार्ता तिने वाचल्या. मग लहानमोठ्या अपघातांच्या, चोरीच्या किरकोळ बातम्या वाचल्या. मग सिनेमाच्या जाहिरातीचे पान उघडले. ते तिला आवडते. आज जावे का सिनेमाला? 'लक्ष्मी'मधे दुपारी तीनच्या? पण बाई झोपल्या! साडेबाराच झाले आहेत. वेळ आहे.

एकला बाई उठल्या. ती पेपर वाचते बघून म्हणाल्या, "पेपर वाचतेस?"

"हो, काही दम नाही पेपरात."

"म्हणजे?" त्यांना हसायला आले.

"मी सिनेमाला जाऊ का? मॅटिनी? स्वैपाकाच्या आत येते."

"एकटीच?"

"तुम्ही येता का?"

अनुराधाबाईंना फिसकन् हसू आले. त्या दोघी सिनेमा बघताहेत असं चित्र समोर आलं.

"कोणता सिनेमा?"

"माधुरी दीक्षित आणि अनिल कपूरचा. छान ष्टोरी आहे."

"उद्या जा. चालेल?"

"कशाला?" तिचा हा शब्द अनेकार्थी होता. त्याची त्यांना सवय झाली होती.

"आज माझ्या मैत्रिणी येतील. आम्ही साड्या घ्यायला जाणार आहोत. संध्याकाळी."

"साड्या कुणासाठी?"

"माझ्यासाठी, त्यांच्यासाठी. नव्या आल्या आहेत चांगल्या."

इतक्या साड्या आहेत; पुन्हा नवीन कशाला? कृष्णाला वाटले...

"आल्यावर मग चहा, खाणं."

"खायला काय करायचं?"

"खायला आणणार आहेत. इडली-चटणी-सांबार."

इडली... किती दिवसांनी... आश्रमात आल्यापासून नाहीच. देशभ्रतारांकडे झाल्या की काकू आणून द्यायच्या. पण दोन-चारच. आज मिळतील भरपूर.

बाई तयार झाल्या. चांगली साडी होती तरी बदलली. इस्त्री केलेली साडी-ब्लाऊज. काल लायब्ररीतून येताना मोगऱ्याचा गजरा आणला होता तो लावला. तिच्यासाठीही आणलेला. पण तिला नाही आवडत. तसला सोसच नाही, बाईंच्या

मैत्रिणी आल्या. त्याही तशाच नीटनेटक्या, बाईंनी माठातले 'वाळा' टाकलेले पाणी दिले सगळ्यांना. त्या अशी कामे स्वत:च करत. नीनाबाई मात्र हुकूम फर्मावत असते. ''पाणी दे.'' ''पेपर दे.'', ''बिस्किटं आण.'' बाईंनी पाण्याचे ग्लासही उचलून ठेवले आणि कुणी नवे घरातलेच माणूस असावे तशी ओळख करून दिली.

''ही कृष्णा. माझ्या सोबतीला असते.''

मग मैत्रिणींनीही तिच्याबद्दल विचारले आणि सगळ्या गेल्या. जाताना बाईंनी तिला सांगितले.

''येते. काय करशील? सिनेमा बघत बस.''

कृष्णाने दार लावून घेतले. टी.व्ही.च्या सिनेमाचा आज मूड नव्हता. सुई-धागा आणला तेव्हा थोडे रेशीम आणि एक चौकोनी फिक्कट निळा कापडाचा तुकडा आणलेला. त्यावर ती फुले काढू लागली. कळ्या आणि फुले-पाने. त्या कापडाचा एक छोटा कोपरा. कोरे कापड कसेतरीच दिसत होते; हे आता किती छान दिसते! या कापडाच्या काठाला एक निळी लेस केली की अजून छान दिसेल.

बाईंच्या मैत्रिणींनी मघाच इडली-सांबार आणून ठेवलेले. त्याचा वास तिला यायला लागला. एकदोन खाव्या हा मोह झालाही; पण ती थांबली. खाताना स्वत:ला कसे थांबवावे, हे ती इथे येऊन या इतक्या थोड्याच दिवसांत शिकली होती. बाई कधी ब्रेड भाजून, त्यावर लोणी लावून एखादा दुधाशी खात, मग रात्री जेवत नसत. एकदा तो कृष्णाने खाल्ला तर पाच-सहा-सात– थांबावेच वाटेना. बाई टोकत नव्हत्या म्हणून काय झाले? असे थांबता येणे हे इथे येऊनच शिकली ती. पण यापूर्वी खात राहावेसे वाटावे असेही कुठे काय भेटले?

खरेदी करून सगळ्या आल्या. बाईंनी तिला साड्या पाहायला बोलावले. ती आली. ''बघ'' म्हणाल्या म्हणून साड्या बघितल्या. पण कुठे काही पोचले नाही. बाईंना सांबार गरम करायला सांगितले. ते गरम करताना जसे काही सगळे वास एकवटून आले. प्लेटी भरल्या. सांबाराचे बाऊल, चटणी... साड्या किती स्वस्त, किती चांगल्या याबद्दल बोलून झाले, मग एक म्हणाली,

''तुझी बाई चांगली आहे ग.''

मग तोच विषय सुरू झाला.

''केस किती छान! पण बांधतेच ती. चांगले मोकळे सोड म्हणावं.''

''आपल्यातही खपून जाईल. पण या लोकांच्या अंगाला बघ एक टिपिकल वास असतो, तसा येतो मात्र. तू साबण देत जा चांगला. कपड्यांना, अंगाला...''

कृष्णाने स्वत:चाच वास घेऊन पाहिला तो तर सांबार-चटणीचाच होता. इडलीचा होता.

''लग्न झालंय?''

''वय फार वाटत नाही पण...''

कृष्णाचा विषय तोंडी लावायला होता. मग अशाच तिच्यासारख्या बायकांचा. अनुराधाबाई मात्र बोलत नव्हत्या. ते बोलणे त्यांना आवडले नव्हते आणि थोपवताही येत नव्हते. त्या गप्पांत सांबार-इडलीचा फडशा पडला. फक्त एक इडली नि चटणी चवीला उरली. सांबाराचा तर पातेल्याचा तळ दिसला. कृष्णाची मघापासूनची आवरून धरलेली वासना जशी खवळून उठली. स्वत:चे घर असते तर रडूनच दिले असते असे झाले. पण स्वत:च्या घरी या इडल्याही नसत्या नं! जेवत नाही रात्री हे सांगायला अनुराधाबाई आत आल्या. ओट्याशी पाठमोरी कृष्णा. समोर रिकामी पातेली. आपापले डबे घेऊन सगळ्या गेलेल्या. बाई जराशा कळवळल्या,

''कृष्णा, काही उरलं नाही का गं?''

कृष्णाला शब्दच फुटेना.

''भात लावून घे तुझ्याकरता. मी पिठलं करून देते. इडली घरीच करू आपण. मी शिकवीन तुला.''

''मला?''

''खावंसं वाटतं तर करायलाही शिकलं पाहिजे. त्यातही आनंद असतो.''

कृष्णाला स्वैपाकाचा कंटाळा. आनंद कसला त्यात?

कृष्णाला आज तर सगळ्या गोष्टींचा कंटाळाच आलेला. उठावेसेच वाटत नव्हते. कधी स्वत:चे घर होईल तेव्हा चांगली अकरा वाजेतो झोपायचे... ती स्वैपाकघरात आली. तेव्हा बाई अगदी तयारच आहेत तिच्यामागे लागायला, असे तिला वाटले. चहाकरता ती दूधपाणी एकत्र करू लागली.

''असं नाही. चहा गरम दुधात गाळायचा. उतरवताना.''

साधा चहासारखा चहा, तो कसाही केला तर काय होतं! आता बाईंनी केलेला चहा लागतो चांगला– पण त्याकरता असं मागं लागायचं?

तिचा कंटाळल्यासारखा चेहरा पाहून अनुराधाबाई म्हणाल्या,

''अशा साध्या साध्या गोष्टी मन ओतून कराव्या, कृष्णा. दिवसाची सुरुवात चांगली होते. प्रत्येक गोष्टीतून आनंद घेता येतो.''

कृष्णाने समोर पसरत चाललेल्या उन्हाकडे पाहिले. मागे ठेवलेली सुखदेवची सायकल दिसत नव्हती. तो गेला असेल. दूध आणलं असेल. ते तापवावं लागेल....

कृष्णाने पेपर उघडला. एकदम कालच्या सिनेमाची आठवण आली.

“मी आज सिनेमाला जाईन.” तिने रोखठोक सांगितले. जाऊ का वगैरे नाही.

“आज जा.” बाई म्हणाल्या. मग ती तशीच बसलेली पाहून म्हणाल्या, “झाडून काढ.”

“आज पुन्हा?”

“हो. झाडायचं तर रोजच– जसं जेवतो, आंघोळ करतो.”

इथं कुणाला रोज आंघोळ हवी? मागे लागता म्हणून!

“आश्रमात अंगण रोज नाही झाडत.” कृष्णा खराटा उचलत म्हणाली.

“पण हा काही आश्रम नाही. हे घर आहे.”

घर काय अन् आश्रम काय! तिथं त्या बाई होत्या राशीला, इथं या!

मुद्दाम प्राजक्ताखाली पडलेली फुलेच खराट्याने टोचत कचऱ्यात न्यायची होती. समोरच्या अंगणातली चाफ्याचीही. तर बाईंनी ती आधीच उचलली होती. आल्या आल्या तेच. ती ऐकत नाही म्हटल्यावर आता बाईच ठेवतात उचलून, हं, ‘फुलं सांडली नाही म्हणायची’ म्हणे... ‘पडली’ म्हणायची. ‘सांडलेली वस्तू पुन्हा उचलायची नसते; पडलेली आपण वेचतो’ म्हणे.. काय होतं? काही म्हणा.. तावातावाने कृष्णाने घर झाडून काढले. तिचा राग बघून अनुराधाबाईंना गंमत वाटली. झाडून झाल्यावर कृष्णाला खरे तर टिवल्याबावल्याच करायच्या होत्या. पण झाडल्यानंतर इथं आंघोळच करावी लागते. एकदा सुखदेवची सायकल चालवून पाहायची आहे. कुलूपच असतं पण. आश्रमात आल्यापासून सायकल चालवली नाही. तीन वर्षे झाली. साडेतीनसुद्धा असतील. त्यांचं काम असलं की देशभ्रतारकाकू ‘सायकल घेऊन जा’ म्हणायच्या.

कृष्णा आंघोळ करून आली तेव्हा बाईंनी दूध तापवले हाते.

“झाला का घुस्सा शांत?” त्यांनी हसत विचारले.

“घुस्सा नाही.”

“राग आलाही पाहिजे कृष्णा! कुणावर, कशावर तरी रागावता आलं पाहिजे. त्याशिवाय कसं?”

दुपारी दीडलाच भर उन्हात कृष्णा सिनेमाला निघाली होती. होती तशीच. केसांवरून साधा हात फिरवणे नाही की कामात चुरगाळलेली साडी नीट करणे नाही. घरात कूलर लागलेला, ही बाहेरच्या फुफाट्यात सिनेमाला निघाली. पायांत आता अनुराधाबाईंनीच दिलेल्या जुन्या चपला. जाते म्हणून सांगून ती गेली. बाई त्या दिशेने पाहत राहिल्या. कानाला साधा पदर लावला नाही. झपाझप वेगाची चाल. बाई घरात आल्या. आता ही नसताना दोनतीन तास आपण काय करायचे, असे उगीचच वाटले. ती अशी नव्हतीच तेव्हा काय करत होतो? उगाचच एकदोन फोन केले, मग थोडे वाचून त्या पुन्हा रिकाम्या अशा झाल्या. शाळेतून

रिटायर झालो तेव्हा काय करत होतो दुपारी हेच कळेना. आपण काल गेलो तेव्हा कृष्णाने काय केले असेल?

अनुराधाबाईंनी खिडकी उघडली, सर्व दूर ऊनच ऊन होते. परवा चार शिंतोडे तेवढे पडले. थोडा वारा. धुंद फुले. आणि आंबे पडण्यापुरता, जमिनीची धग निवलीच नाही. पाऊस यायला हवा... पण आपण पावसाची वाट पाहतो आहोत की कृष्णाची? खरं म्हणजे खूप दिवसांत कुणाची तरी वाट बघतो आहोत! नाहीतर सगळ्यांच्याच येण्याजाण्याच्या वेळा ठरलेल्या... पण सात होऊन गेले तरी कृष्णाचा पत्ता नव्हता. अनुराधाबाई आतबाहेर करायला लागल्या.

कृष्णा निघून तर नाही गेली? पण पिशवी जागेवर आहे. पण जायचेच असेल तर तिला या पिशवीची काय फिकीर? ती निघून जाईल असे पटत नसतानाच ती गेलीच असेल तर! असेही वाटत राहिले. गेली तर कामाची फिकीर नाही. आज हातपाय चालतात... पण ती अशी निघून जायला नको. नीनाला फोन करावा का? कृष्णासारख्या क्रियाशून्य बाईनं ही कसली भलती ओढ लावली? फाटक वाजलं. हो, अखेर ती येत होती. कृष्णा. येण्यात कसली घाई नाही. आपल्याला उशीर झाला आहे याची. आल्यावर चपला काढून उभी. सरावाचे साधे हसूही चेहऱ्यावर नाही.

त्याच हसल्या. मग म्हणाल्या,

"उशीर झाला तुला?"

"उशीर? कुठं?"

"साडेसात होताहेत. इतका वेळ बाहेर राह्यचं म्हणजे..." पण त्यांचा स्वर सौम्य होता. कृष्णा आली होती. आता उगीच म्हणायचे म्हणून...

"पायी गेली, पायी आली."

"पायी? लक्ष्मी टॉकीज..."

"चपला होत्या नं! येताना मग गरम गरम आलूबोंडे खाल्ले. त्यावर तिखट तर्री... मग कुल्फी."

अजून ती चव जिभेवर असल्यासारखी कृष्णा म्हणाली. तोंडाला आलूबोंड्याचा वास येत होता.

"भूक नसेल मग तुला?"

"नाही. खाईन थोडं."

"मला फक्त सोजी खायची आहे."

"मला आवडते सोजी."

"सकाळचं असेल तुझ्यासाठी."

"संपवीन मी. सोजी पुष्कळ दिवसांत नाही खाल्ली."

बाईंनी तिच्याकडे पाहिले. इतके डचून आली होती तरी खाण्याच्या गोष्टी संपत नव्हत्या. खाऊ दे. पोटाच्यावर काही खायची नाही. कधीतरी तर भूक शमेलच ना.

"तोंडाला आलूबोंड्याचा वास आहे. तोंड धुऊन ये."

आता खाल्ले तर वास येईलच नं! तो वास कृष्णाला आवडतो. चव मुरून राहते तोंडात. पण बाई धुवायला लावतील. ऐकणार नाहीत. सोजी त्यांनीच केली.

उरलेली सगळी संपल्यावर कृष्णा म्हणाली, "सोजी चांगली झाली. पण आमच्या शेजारची देशभ्रतारकाकूंची मुलगी– तिला मुलगा झाला तेव्हा काकू सोजी करायच्या तसा वास नाही आला."

"पोट भरलं आहे तुझं; तुला तसा वास नाहीच येणार."

"असं कसं?"

"अगं, अन्न तेच. खाणाराही तोच. पण बदलते ती आपली भूक, वासना."

बाई काय म्हणत होत्या त्यात कृष्णाला काही स्वारस्य नव्हते. झोप येत होती. चटईसुद्धा न टाकता ती खाटेवर पडली. पडल्याक्षणी तिला झोप लागली. अनुराधाबाई मात्र एक वाजेतो जाग्या होत्या. त्यांना क्षणमात्र कृष्णाचा हेवा वाटला. सडीफटींग. मागेपुढे पाश नाहीत. कसले ताण नाहीत. संचयाची फिकीर नाही. छान आहे! एका खाण्याच्या लालसेतच सारे जगणे चिमूटभर होऊन आपले मावून गेले आहे.

मे संपत आला. नवतपाचे चढत्या उन्हाचे शेवटले नऊ दिवस. ते सरता सरता ऊन उतरायचेच होते तर वारे बदलले. आभाळ भरून येऊ लागले. प्राजक्त वेगाने सळसळला. चाफ्याची फुले खाली पडली. ढगांत पाणी जमा होण्याचा तो अद्भूत खेळ अनुराधाबाई पाहत राहिल्या. त्यांनी हातातली ज्ञानेश्वरी मिटली... कशी एकेक अवस्था संपते आणि एकेक सुरू होते. ऊन ताप ताप तापते. मग पडतो पाऊस. मग थोडी सौम्य थंडी. तीच हळूहळू वाढत जाते. विलक्षण गारठा. धुके, दव, सारा आसमंत गोठत जातो. आणि मग पुन्हा हळूहळू ऊब येते. तापायला सुरुवात होते. सारे किती सुनिश्चित. अ वे ऑफ लाईफ. संपून काहीच जात नाही. पुन्हा पुन्हा जन्म घेत राहतो नवा ऋतू... अनुराधाबाई पाहत होत्या. काहीही अर्थहीन नाही. काही निरुद्देश नाही. दाटून ढग खाली ओणवेच झाले जणू. एक टपोरा थेंब मग दुसरा, तिसरा. दोन थेंबातले अंतर कमी झाले. पुसले. तशी त्यांची धार झाली. मग थोडा वेळ एकेक धार मोजताही यावी अशी पण क्षणात सगळ्या धारा एक झाल्या. नंतर तर झाडे, आभाळ, वारे, सगळे पाऊसच होऊन गेले. वेगळे उरले नाही.

''कृष्णा... कृष्णा...'' त्यांनी आवाज दिला.

कृष्णा आली. त्यांनीच कुटवलेल्या सुगंधी शिकेकाईने ती न्हायली होती. त्या केसांचा गंध त्यांना जाणवला. केस गबाळ्यासारखे गोवून सोडलेले.

''पाऊस– पाऊस आला बघ.'' बाई म्हणाल्या.

कृष्णाने पाहिले, तो तर दिसतच होता. बघायचं काय! बाई किती पावसाची वाट पाहत होत्या, जशी देशभ्रतारकाकू परगावी दिलेल्या मुलीची पाहायच्या. ती यायची असली की... नाही आला पाऊस तर काय होतं? नळाला पाणी तर असतं? तिकडे आश्रमात तरी नळ टिरका असायचा.

तासभर कोसळून पाऊस थांबला– पण थांबायचे मनात नसल्यासारखा.

''बाई...'' कृष्णाने विचारले.

''काय ग?''

''पाऊस पडला की रसाचे आंबे संपतील. एकदा आणा न आंबे! नीनाबाई आल्या तेव्हाच आणले.''

अनुराधाबाईंची तंद्री भंगली. त्यांना एकदम हसू आले.

''तुला खूप आवडतात आंबे?''

''खूप. कच्चे आंबे उकडून त्याचं पन्हही आश्रमात व्हायचं उन्हाळ्यात मधूनमधून. पण पाणी टाकून वाढवायचं. आंबटाची चव कमी.''

''मला कच्चा आंबा किसून त्याचं आवडायचं. मी तळाची साखर बोटांनी खायचे. आता साखरच चालत नाही. घेऊन ये तू आंबे.'' त्या म्हणाल्या.

''आणि आईस्क्रीम नीनाताई आणतात तसं.''

''उद्या तेही आण.''

कृष्णा खूशच झाली.

''असा पाऊस पडला. सुरुवातीची पावसाळी हवा असली की श्रीधर– नीनाचे वडील भजी करायला लावायचे कांद्याची. ताजं आंब्याचं गुळाचं लोणचं सोबत, लसणाच्या पाकळ्या टाकून केलेलं.''

''मग?'' कृष्णाने विचारले.

मग काय? त्या काय गोष्ट सांगत होत्या?

''मला आजकाल चालतं कुठं काही! लोणचं मी आता करतच नाही.'' वयाचीसुद्धा एकेक अवस्था संपत जाते. एक सुरू होते. त्या मघाच्या तंद्रीत शिरू पाहत होत्या. पण पाऊस थांबून पुन्हा उबल्यासारखे व्हायला लागले.

''काय होतं? खाऊन पाहावं थोडं थोडं. मग होते सवय!'' कृष्णा म्हणाली. बाईंनी केलेले वर्णन तोंडाला पाणीच सुटले.

''खरं आहे बाई. सुखी जीव आहे तुझा.''

सकाळी सुखदेवची सायकल दिसत नव्हती आणि सोबत कृष्णाही गायब. फाटकाचे कुलूपही काढून ठेवलेले. एवढ्या लवकर तर ही उठतही नाही. सायकल दिसत नाही म्हणून सांगायला सुखदेव आला. अनुराधाबाई कोड्यातच पडल्या.

"सायकल घेऊन पळाली का बाई?" सुखदेव म्हणाला ते खरे वाटेना. ती दिसली नाही. न सांगता घराबाहेर राहिली की ती निघूनच गेली आहे असे प्रथम का मनात येते, ते त्यांना कळेना. खरे म्हणजे तिला जायला ठिकाणच नाही, तरीही...

साडेसातपर्यंत कृष्णा आणि सुखदेवची सायकल दोन्हीही परतल्या.

सुखदेव गरम झाला.

"सायकल घेऊन कशाला गेली होती?" तो एरवी तिला एकेरी संबोधत नव्हता. पण आता ती त्याला बरोबरीच्याही खालची वाटली.

"तुम्ही कुलूप लावलं नव्हतं."

"सांगून न्यायची."

"मग तर नेऊच नसती दिली."

"मला उशीर झाला!" तो खेकसला.

"चहा हवा असतो तेव्हा स्वैपाकघरात घोटाळत राहतो, तेव्हा नाही होत उशीर..?" ती पुटपुटली.

"काय म्हणते?"

"काही नाही जा. एक दिवस सायकलला हात लावला त..." ती रागारागाने घरात आली.

अनुराधाबाईंनी तिच्या अवताराकडे पाहिले. आताच सुखदेवशी घडलेले सवालजवाब त्यांनी ऐकले होतेच. त्यांना म्हणण्यासारखे नवे काही उरले असे त्यांना वाटले नाही. सायकल थोडा वेळ नेली तर काही मोठी गोष्ट नव्हती. पण तरीही काही खटकले, थोडे बोचलेच. काही म्हणायला तर हवेच.

"सुखदेवची सायकल नेली कशाला पण?"

कृष्णाने बाईंकडे पाहिले. त्या 'का म्हणून नेली?' असे नव्हत्या विचारत.

"मला चालवून पाहायची होती."

"येते तुला?"

"हां. चालवत होती मी शेजारची सायकल. विसरली का बघितलं."

"विसरली नाही नं?"

"नाही."

"कुठपर्यंत गेली होती?"

"त्या हायस्कूलपर्यंत. मजा आली बाई..."

"ते तर फार लांब नाही. तुला बराच वेळ लागला."

"मी पाहत होती शाळेत येणारी मुलं. त्यांचा ड्रेस. एकच ड्रेस घातलेली मुलं. छान दिसत होती."

मग बेतानेच बाईंनी हवे ते म्हणून टाकले,

"पण सुखदेवचा खोळंबा झाला. त्याला ड्यूटीवर जावं लागतं आणि मला तर वाटलं, तू निघून गेलीस!"

तिने आश्चर्याने बाईंकडे पाहिले.

"अई! जाईन कशी? जाईन तर सांगून जाईन, नं. पुन्हा सायकल घेऊन कशी जाईन?"

'खरं आहे बाई तुझं! आम्हीच मूर्ख!' अशासारखे अनुराधाबाई हसल्या. आणि दुपारीच भांडीवाल्या बाईंने सांगितले,

"तुमची ती बाई! ती त्या शाळेपाशी बुढ्ढीके बाल खाते आहे!"

बुढ्ढीके बाल? बाईंना एकदम हसूच आले. लहानपणी त्यांनाही ते खूप आवडत आणि आई खाऊ देत नसे... हिचं लहानपण सुरू झालं का नव्यानं? की संधी मिळालीच आहे तर ज्याचा अनुभव घेता आला नाही ते चाखून बघतेय. पण अनुभवच नाही अशा तर कितीतरी गोष्टी...

कृष्णाच येताना दिसली तशा त्या तिच्याकडे पाहायला लागल्या. तशीच अनवाणी गेली होती.

"चप्पल हरवली का?" सुरुवात मुद्दाम वेगळी केली त्यांनी. एकदम विचारणे टाळून.

"विसरली घालायला. पुन्हा चपलेचा आवाज झाला असता. तुम्ही झोप–"

"कसे लागतात बुढ्ढीके बाल?"

"छानच लागतात! असे विरघळतात तोंडात."

बोलता बोलता कृष्णा थांबली. तिने बाईंकडे पाहिले. बाईंना ते आवडलेले नसावे. त्या रागाने बघत होत्या का?

त्या शाळेपाशीच त मिळतात. जवळ आहे शाळा. आता हवे तेव्हा जाता येईल.

"मी खाल्ले लहानपणी. मलाही आवडायचे."

कृष्णाने आश्चर्याने बाईंकडे पाहिले. त्या आता काही म्हणायच्या नाहीत असे वाटतानाच त्या म्हणाल्या,

"पण ते लहानपणी. पण आता या वयात ते खावंसं वाटायलाच नको."

"कशाला?"

"अगं, एकेक अवस्था असते शरीराची तशी मनाची."

हे काही कृष्णापर्यंत पोचले नाही. 'काय होतं खाल्लं तर?' असाच भाव चेहऱ्यावर पण चेहरा बेरकी नाही. भाबडाही नाही. एक खाण्याची अनिवार वासना सोडली तर बराचसा निर्विकारही. आकाशातले पाणी जसे सागराकडे जाते तशी सगळी भूक या एका खाण्यातच... 'आकाशात् पतितं तोयं यथा गच्छति सागरं...' बाईंना यावेळी हसू आवरलेच नाही. शाळेत संस्कृत शिकवत होतो. पण या श्लोकातल्या अर्थाची अशी सोय नाही लावली कधी!

संध्याकाळी पावसाची एक मोठी सर येऊन गेली. सोनेरी ढळत्या प्रकाशातला तो गारवा सुखवून गेला. थोडा वेळ सारे स्वच्छ धुऊन काढल्यासारखे झाले. बाई बघत होत्या. निवांत-शांत वाटले. मग एक विचित्र उकाडा सुरू झाला. पंखांच्या मुंग्या भिंतीच्या कडेने रांग धरू लागल्या. दिव्याला झोंबलेले किडे त्रास द्यायला लागले. 'मुंग्यांवर रॉकेल टाक' म्हणून अनुराधाबाई कृष्णाला म्हणाल्या.

"जाऊ द्या त्यांच्या वाटेनं त्यांना. आपणच पांगतील." कृष्णा म्हणाली.

पण किड्यांचा त्रास व्हायला लागला म्हणून बाहेरचे सारे दिवे ठेवून आतले मालवले आणि बाहेरच्या प्रकाशातच तो दिसला; लांबडा. समोरच्या अंगणात त्या चाफ्याच्या खोडाला लगटून पुढे सरकत होता. मंदगतीने. काहीसा जाडच. काळसर तांबडा. त्या अपुऱ्या प्रकाशातही तो अनुराधाबाईंना दिसला, "सुखदेवऽ" त्या भीतीने ओरडल्या. पण सुखदेवची यायची वेळ झाली नव्हती. "कृष्णा, कृष्णा–"

कृष्णा धावत आली.

"ते-ते पाहा–" बाईंच्या तोंडून शब्द निघेना.

"साप." कृष्णा म्हणाली. ती व्हरांड्यात गेली. ट्यूबला झोंबलेल्या किड्यांचा खच खाली पडलेला आणि नवीन किडे तर ट्यूबभोवती... कृष्णाला साप स्पष्ट दिसला. ती पायरी उतरली. निरखून पाहिले. "बाई, सापानं बेडूक गिळला आहे. बघा-बघा."

बघायचे काय? अनुराधाबाईंना भीतीने कापरे भरले. त्या पुढेही सरकल्या नाहीत. कृष्णाला बाईंच्या भीतीची गंमतच वाटली. साप आपला बेडूक गिळून सुस्त आहे. काय करतो?

"अहो. गारव्याला वर आला असंल. आपल्यालाही घरात कसं गुदमरतं नं. गिळलेला बेडूक दिसतो बघा. सुस्त आहे. सरकतही तर नाही. घरात येणार नाही. जरा हवा खाईल आणि जाईल आपल्या वाटेनं. काही करत नाही."

बराच वेळ अनुराधाबाई चाफ्याच्या बुंध्याकडे बघत होत्या. तो साप मधेच दिसत होता आणि मधेच त्या खोडाच्या रंगाचाच होत होता.

"तो बुंध्याभोवती चिपकून बसल. घरात येणार नाही बाई." कृष्णाने समजावले.

एखाद्या लहान पोरासारख्या बाई भीत होत्या.

"साप काही करत नाही बाई. जसं आपण राहतो तसंच ते. आपणहून कुणाच्या वाटेला जात नाही. बेडूक गिळलेला साप मारायला तर सोपा. पण जनावराला खाताना मारू नाही."

पण अनुराधाबाईच्या अंगात जसे मरणाचे हीव भरलेले. त्यांना थंडीच भरली. थंडीत काकडावे तशा त्या काकडू लागल्या.

रात्री सुखदेव आला तोवर साप निघून गेला होता. भीती गेली तसा घाम सुटला. जसा ताप उतरल्यानंतर चळचळ घाम येतो तसा. त्यांना जेवायचेही नव्हते. थोडी कॉफी घेऊन त्या झोपणार होत्या. कृष्णा कॉफी घेऊन आली.

"तुला भीती नाही वाटली?"

"कशाला? मावशी डोळे होते तवर साप मारायची. खूप निघायचे. एकदोनदा आश्रमातही. मला नाही आवडत साप मारायला. हवा तर विंचू ठेचावा."

"विंचू-सापात काय फरक?"

"अहो, पुष्कळ फरक आहे. विंचू नांगी मारायलाच टपलेला. कधी सोडू नये."

तो फरक काय ते काही अनुराधाबाईंना कळले नाही; पण कृष्णातला आणि त्यांच्यातला फरक मात्र लख्ख कळला. कृष्णा निर्भय होती आणि त्या भीतीने मरत होत्या. संध्याकाळी अंगावर घेतलेला पावसाचा सुखद निवांत गारवा आणि मघाचे मरणाचे आंतरिक भय हे कसे जोडायचे? आपण मेलोही तरी काय? अगदी साप चावून मेलो तरी! अंथरुणावर खितपत पडण्यापेक्षा? किती विचित्र भीती! ही कृष्णा मात्र या दोन्हीतून निसटली. ना मृत्यूचा भयगंड, ना पावसाचा आनंद! जमिनीचे तापणेही नाही आणि नंतरचे धारांनी निवणेही नाही. इतर कशाचा अनुभवच नाही. ही कसली अवस्था... आयुष्यभराची सगळी वासना म्हणूनच जणू एका खाण्यातच एकवटली का? गोपींनी कृष्णाच्या सगुण रूपाचा असाच ध्यास घेतला असेल? सारे तत्त्वज्ञान ध्याब्यावर बसवून? आपली काहीतरी गल्लत होते पण! खाण्याची वासना आणि गोपींची आवडी या दोन्ही गोष्टी एक कशा होतील? हिची तेवढी एक वासना निवली तर ही कशी होईल?

थंडी पडायला लागली. वाढायला लागली. संध्याकाळ व्हायच्या आतच गारठा पडायला सुरुवात झाली. अनुराधाबाईंनी एक जुनी शाल आणि एक उसवलेला स्वेटर कृष्णाला दिला. उसवलेला भाग विणूनच तिने तो स्वेटर घातला. शालीलाही छिद्र पडले होते, तेवढे त्या रंगाच्या धाग्यांनी इतके बेमालूम शिवले, की कळेना. मूळ काय आणि शिवण काय! अनुराधाबाईंनी जुन्या सिल्कच्या साड्या तिला वापरायला दिल्या तर तिने त्यांचे घरभर छान पडदे शिवून टाकले.

ते खूप पॉश दिसत नव्हते, पण त्यांना आवडले. सुरुवातीला दिलेल्या दोन सुती साड्याच ती नेसत राहिली. फाटलेल्या सुती साड्यांचे चौकोनी दुपदरी तुकडे जोडून बाईंसाठी मऊसे पांघरुण केले. पायांवर टाकायला. त्यांना थंडी फार वाजत असे. धरवत नसे. कृष्णाने शिवलेले ते मऊसे पांघरून पायावर घेतले की त्यांना पावलांना ऊब येई. मग ती ऊब अंगभर पसरे.

थंडीत त्यांचे सांधे धरत. अनुराधाबाईंना हिवाळा आवडत नसे. सहन होत नसे. त्यांचे हिंडणेफिरणे बंद होई. घरातल्या घरात, अंगणात फेऱ्या घालायच्या. नीटनेटके, चकचकीत भांडी ओळीने लावलेले स्वत:चे ते सधन, श्रीमंत घर बाईंना थंडीत नकोसे होई. त्यांना जगण्याची हौस होती. चांगले राहण्याचा सोस होता. श्रीधर गेल्यावरही त्यांनी तशी विरक्ती अनुभवली नाही. स्वत:ची नोकरी होती. श्रीधर पलीकडचे जग होते. ते पूर्णपणे श्रीधरशीच काही जोडलेले नव्हते. थोडेफार बदल झालेही. पूर्वी त्या कधीतरी नवा सोन्याचा दागिना दसऱ्याला घेत मुद्दाम. नंतर सोने घेतले नाही. पण जुनी घडण बदलून नवा केलाही. बाहेरून तर बदल होत असतातच. ते टाळता येत नाहीत. पण त्यातही स्वत:चे म्हणून जे काय असते ते कायम ठेवता येतेच... त्यांना वाटत आले... आणि यंदाच्या थंडीत कृष्णा आहे सोबतीला. अगदी नीनाकडेच जाऊन राह्यची वेळ यंदा यायची नाही... सुखदेव थंडीचा आत झोपायचा पूर्वी. या वर्षी त्याला व्हरांड्यात झोपायला सांगावे का, असे बाईंना वाटले, कृष्णा आत निजत होती. पण तसे काही सांगायची त्यांची हिंमत झाली नाही. "तू माझ्या खोलीत झोप." इतकेच त्या कृष्णाला म्हणाल्या. पण कृष्णाने ते ऐकले नाही. ती तिच्याच जागी झोपली. खाली चटईवर आणि तशीच पडल्या जागी झोप लागलीही तिला. बाईंना वाटले, हे सगळे विचार आपल्याच मनात येतात. कृष्णाला तर त्यांची गंधवार्ताही नसते. मनात कुठले विकारच नाहीत की पूर्ण अभावामुळे त्याबद्दल अज्ञानच आहे?

सकाळी सुखदेव नळावर तोंड धूत होता. तर कृष्णादेखील तिथेच जवळ उभी राहून कडूनिंबाच्या काडीने मस्त दात घासत होती. ती त्याच्याशी पुष्कळ वेळ बोलत उभी राहिली. मग त्याने दिलेला तंबाखू तिने खाल्ला. सगळे आरामात. जसे घरात काही कामच नव्हते. सुखदेवला कृष्णाने चहा दिला. तो गेला. सायकलबद्दलचे भांडण तर दोघांनाही जसे आठवतच नव्हते. आता सुखदेवच तिला मधूनमधून सायकलची किल्ली द्यायचा.

"तू सुखदेवशी एवढं काय बोलत होती?" बाईंनी विचारले.

"तो मला त्याच्या घराचा पत्ता देत होता."

"का?"

"मला जायचं आहे. त्यानं बोलावलाय मला."

"काय काम आहे?"

"काम काही नाही. सहज."

अनुराधाबाई अस्वस्थ झाल्या. कृष्णा अंग धुऊन आली.

"तू थंड पाण्यानं अंग धुतेस?"

"हो."

इतके दिवस झाले, आपल्या लक्षात कसे आलं नाही?

"एवढ्या थंडीचं?"

"गरम पाणी ठाऊकच नाही मला."

"गिझर असतो. दिवसभर पाणी गरमच असतं. तू घेत जा. कोमट तरी."

"तशी गरज नाही मला." ती म्हणाली.

गरज नसतेच तशी. फक्त सवयी असतात एकेक...

दुपारी कृष्णा काहीतरी शिवत बसली होती. सुईत धागा ओवतानाची तिची नजर... चष्मा अजून लागला नाही.

"काय शिवते?"

"शिवत नाही, भरते आहे." तिने त्यांना सांगितले. हो, ती एका गोल जुन्या पांढऱ्या कपड्यावर रेशमाने फुले भरत होती.

"कोणी शिकवलं?"

"येतं मला."

"हे काय आहे?"

"टेबलक्लाथ."

बाईंना हसायला आले. हे जुने रंग उडालेले कापड आणि एवढा मोठा शब्द!

"सुखदेवचा आहे. मीच म्हटलं. मला काय तरी भरायला आणून दे. तुझ्या घरी वस्तू होऊन जाईल. त्यानीच कापड दिलं."

तीन वाजेतो कृष्णा ते घेऊन बसली होती. त्या अर्ध्यामुर्ध्या आकाराच्या कापडाला तिने एका चांगल्या आकारात बसवले. त्याला रूप दिले. त्यावर छानशी नाजूक फुले भरली. रंगसंगती छान होती. याहून दुसरे रंग नसतेच जमले. बाईंना चहा करून देऊन ती म्हणाली,

"मी जरा जाऊन येते. दोन तासात."

"कुठं?"

होती तशीच ती निघत होती. नेहमीप्रमाणे चेहऱ्यावरून साधा पाण्याचा हातही नाही.

"सुखदेवकडे. हे द्यायला."

"ते तर आज रात्रीही देता येईल."

"पण त्यानी बोलावलं आहे."

"लवकर ये." मनाविरुद्ध त्या म्हणाल्या.

तीनला गेलेली कृष्णा लवकर परतली नाही. तिला एरवी वेळ लागला तरी बाईंना पर्वा नव्हती. तिच्या अशा दुपारी जाण्याची त्यांना सवय झाली होती. उशिरा येण्याचीही होती. पण हे उशिरा येणे आता त्यांनी सुखदेवशी जोडले होते. तसा विचार मनात येऊ द्यायचा नाही हे त्यांच्या मुळीच स्वाधीन राहिले नव्हते. उलट, जितका वेळ होत होता तितका तो विचार मूळ धरत गेला.

कृष्णा साडेसातला आली. "उशीर झाला" म्हणाली आणि स्वैपाकघरात गेली.

"हातपाय धू गं." त्यांनी आठवण दिली. "खूप उशीर झाला तुला." मनाची घालमेल लपवून त्या म्हणाल्या.

"हो. सुखदेव ड्युटीवर गेला होता. येईतो त्याच्या बायकोनी थांबवून ठेवलं. चहा-पोहे झाले."

कृष्णाच्या एकेका शब्दाने त्या शांत होत गेल्या.

"आणि बाई, सुखदेवच्या घराजवळ कोष्ट्यांची वस्ती आहे."

"असेल."

"पातळं तयार होत होती. तेच पाहत बसली आधी. चांगले लांब धागे होते बाई. मग त्यावरून फट फट आडवे... लांब. एकेक धागा मोजता येत होता."

"तू ते पाहत बसली होतीस?"

"हो."

"मग सुखदेवकडे किती वाजता गेलीस?"

"साडेपाच-सहा असतील, पाहिलं नाही."

... मघा विणलेली जळमटे बाईंनी कोपऱ्यात फेकून दिली.

"बाई, नीनाबाईंकडे गालिचा आहे तो कसा विणला असंल?"

ते त्यांना तरी कुठे माहीत होते?

"मागच्या जन्मी मी विणकरीच असली पाहिजे. तिथून उठूच नये असं झालं. सातव्या वर्गात आम्हांला एक धडा होता विणकामाचा. त्यात लिहिलेलंच सगळं..."

ती काहीशा उत्साहाने सांगत होती. मग स्वैपाकाकडे वळताना कृष्णाला वाटले, की फार भूक नाही आता. फार काही खाल्ले नाही तरी पोट भरलेले वाटते. एरवी बाईंनी दिलेला अंदाज पुरणार नाही असेच वाटायचे. आज प्रथमच तिला वाटले, की एवढंही खूप झालं. हेही लागणार नाहीच...

पायांत चपला सरकवून कृष्णा निघाली दुपारची, तेव्हा अनुराधाबाईंना खरे तर

विचारायचे नाही असे ठरवूनही राहावलेच नाही. इतक्यात रोजच भटकंती सुरू होती. त्यांचा तीनचा चहा दोनला करून देऊन ती जायची.

पाच-साडेपाचला परतायला व्हायचे.

"रोज रोज कुठं जातेस?"

"असंच." ती म्हणाली.

"सांगण्यासारखं नसेल तर नको सांगू!" बाई रागावलेल्या वाटल्या.

"नाही सांगायचं असं काही नाही बाई. तुम्हांला खरं वाटणार, आवडणारही नाही म्हणून... रस्त्यानं फक्त हिंडते."

"नुसती हिंडते?" बाईंच्या स्वरात अविश्वास होता, "कुठं पण?"

"असंच, काल रेल्वे-स्टेशनपलीकडे. तिकडे गांधीबागेत."

"इतक्या लांब? पायी? पण कशाकरता?"

"घरी बसायचं ते दुपारचं... काय काय एकेक असतं बाई, नवं नवं. गालिचा विणतानासुद्धा पाहिलं मी... काल तर एका बाईकडे पाच-सहा जणी साड्या भरत होत्या. अगदी रद्दी काम. सफाईच नव्हती हातांत. मी सगळ्यांना नापास करून टाकलं. तसल्या कामाचा मी एक रुपयासुद्धा नसता घेतला. आज तिथंच जाते मी." ती म्हणाली. मग जाता जाता म्हणाली, की "लवकर येईन– आज उशीर नाही करणार."

पण आली ती चक्क आठला आली. वाट पाहून पाहून बाई कंटाळल्या. स्वैपाक करून टाकावा वाटले. पण तिला तितकेच फावले असते. ती कदाचित आपल्या हातातून निसटून जाते आहे का? की नव्हतीच कधी ती आपल्या हातात? आणि आपण तिला घडवणार होतो, आकार देऊ पाहत होतो... एक दिवस न सांगता निघून जाईल...

कृष्णा उशिराबद्दल काही सांगत होती तर अनुराधाबाई म्हणाल्या, "आता उशीर का झाला हे सांगत बसू नको. मला भूक लागली आहे."

रात्री कृष्णाला लवकर झोप आली नाही. ती कूस पालटत होती. एरवी अंथरुणाला पाठ टेकताच गाढ झोपून जाणारी कृष्णा... आज झोप येत नाही हे तिलाही जाणवले. समोर कोऱ्या अरगंडीच्या साडीवरली नाजूक फुले होती. रंग होते.

उशिरा झोपूनही कृष्णा लवकर उठली. हाका मारून उठवावे लागले नाही. गाभ्यातून पिवळी झाक असलेली चाफ्याची पांढरी फुले खाली पडली होती, ती तिने उचलून घेतली. त्यांचा वास घेतला. हा रंग... पांढऱ्यात पिवळा. असं फूल भरता आलं तर... काळ्या कोऱ्या साडीवर चांगलं दिसेल. नाही तर बाईंच्या प्राजक्ताच्या सारखी शेंदरी देठाची पांढरी फुलं. पण ती काळ्यावर उमटणार नाहीत.

प्राजक्ताचे झाड नुसतेच उभे होते. त्याच्या फुलांचा बहर ओसरला होता. झाडाखाली फुले नव्हती. कृष्णाने वर आकाशात पाहिले. वाटले, आकाशाच्या रंगाची फिक्कट निळी साडी नाही तर चादर. त्यावर... बाई उठलेल्या दिसल्या. सुखदेवही उठला होता. ती आत आली. उचलून घेतलेली चाफ्याची फुले तिने एका छोट्या ताटलीत ठेवली. त्यांना अद्याप दवाने ओली झालेली माती चिकटली होती.

बाईंनी कृष्णाकडे आश्चर्याने पाहिले– तिच्यापेक्षाही तिने आणलेल्या फुलांकडे.

"आज लवकर उठलीस? सकाळी-सकाळी दौरा आहे का?"

"नाही." कृष्णा हसली. तिने बाई करतात तसा चहा केला. वर आलेल्या ताज्या फेसाळ दुधात चहा गाळला.

चहा घेताना बाई म्हणाल्या, "तुझ्या कपात तू साखर टाकली नाही?"

"अई! विसरली. पण चांगला लागला. फरक वाटला नाही."

"लक्ष नव्हतं तुझं आज."

लक्ष नव्हतं? उलट, आज आपण मन ओतून की काय बाई म्हणतात तसा चहा केला... कृष्णाला वाटले.

"साखरेची चव मुळात ओठावर असली की फरक कळतो. मी तर आज किती वर्षं ती विसरली आहे." बाई म्हणाल्या. विसरण्यापेक्षाही एखाद्या गोष्टीचा मुळात अनुभवच नसणे म्हणजे... त्यांनी कृष्णाकडे पाहिले. मागच्या शनिवारी नीना आणि राजन आलेले. बाहेरच जेवायला गेले. रात्री आले. कृष्णाला दार उघडायला जागे राहायला सांगितले. सुखदेवची सुट्टी होती. मधेच जाग आली की मग बाईंना कधी कधी रात्रभर झोप नसे. पण कृष्णाने दार उघडले तेव्हा त्याही जाग्या झाल्या. रात्री दीड वाजेतो नीनाच्या खोलीत कुजबूज सुरू होती. बंद दारातूनही दिसावी, कळावी अशी कुजबूज. बाई अस्वस्थ झाल्या. कृष्णा हॉलमधेच झोपलेली. तिची झोप चाळवली होती. ती सारखी कड फिरवत होती. कदाचित जागेपणी, कदाचित झोपेतही. त्यांना नीनाचा राग आला होता. हे काय? कृष्णासारखीच्या समोर? मग वाटले, की ही टी.व्ही. पाहते, सिनेमे पाहते... शरीर काय चाळवतच नसेल?...

कृष्णा रिकाम्या कपबशा उचलत होती. खाली झुकलेला तिचा चेहरा. झोपेत विस्कटलेला भांग. विखुरलेली केस, साधी पांढरी छटाही केसांत नव्हती.

"कृष्णाऽ, तू लग्न का नाही केलं?"

"माझ्याशी कोण लग्न करणार होतं? – घरदार, सगेसोयरे कुणी नसलेल्या बाईशी?"

"पण कधी कुणी पुरुष असा समोर आलाच नाही? कधी काही वाटलंही नाही?"

"आले नाही तं काय?"

कृष्णा एकदम म्हणाली आणि बाई सटपटल्याच. तिच्याकडे पाहू लागल्या. तिला असले काही विचारताना तिचे उत्तरही आपले आपणच ठरवून टाकले होते, हे त्यांच्या लक्षात आले आणि त्या जरा ओशाळल्या.

"तेव्हा तर प्रत्येक जणच आपला, आपल्यासाठी वाटलंच. मनात तर काय पण येते, पण सगळं आपलं तर होत नाही."

बाई तिच्याकडे पाहत होत्या.

"मला त आता काय पण रिकामा तुकडा कापडाचा दिसला तरी फुलं भरावी वाटतात. रस्त्यानं कुणाची साधी प्लेन साडी दिसली तरी त्यावर रेशमाचे धागे दिसायला लागतात."

बाईंना तिचं हे असं उत्तर अपेक्षितच नव्हतं. त्यांना घडवायची होती त्या कृष्णेचं उत्तर निश्चितच वेगळं असायला हवं होतं. मग कृष्णा एकदम म्हणाली,

"बाई, तुमचे घरमालक मरून तर किती वर्षं झाली?"

हो... किती? नीनाचं शिक्षण व्हायचंच होतं. ती हायस्कूलमधे की त्याहीपूर्वीच.. आता वर्षांचा हिशेबही मनातून पुसून गेला.

"तुम्ही दुसरा घरोबा का नाही केला बाई?" कृष्णानेच उलट त्यांना विचारले.

"मी? छान. छान." त्या हसल्या. "तूच हे विचारलं. बाकी कुणी कधी नाही विचारलं. कुणी काय? मीसुद्धा अगं, कधी स्वत:ला असं विचारलं नाही."

बाईंना हसू आवरेना.

सकाळीच अनुराधाबाई आंघोळ करून आल्या. भागवत उघडले. काल कुठपर्यंत आलोत ते पाहिले. कालचे सूत्र आठवून पाहिले तो नीना आली. मग बाईंनी भागवत मिटून ठेवले.

"सकाळीच आलीस! कॉलेजला सुट्टी का?"

"सुट्टी घेतली आज."

"जीपचा आवाज आला नाही."

"बसनं आले."

"बसनं?"

"जीपची वाट बघायची म्हणजे संध्याकाळपर्यंत थांबावं लागलं असतं. राजनचं ऑफिस सुटेतो."

"बरं केलंस. या महिन्यात तू आलीच नव्हती. फोनही नाही."

नीना काही कामानंच आली आहे– विशेष अडचणीच्या कामानं– हे अनुराधाबाईंच्या लक्षात आले, पण त्यांनी वाट पाहिली. इकडचा तिकडचा वेळ उगीचच जाऊ दिल्यावर नीना म्हणाली,

"अं... म्हणजे काही पैशाची सोय होऊ शकेल का?"

अनुराधाबाईंच्या मनावर आलेले दडपण काहीसे गेले, मधूनमधून नीना त्यांना पैसे मागत होतीही, त्याचे त्यांना या वेळी काही वाटलेही नाही.

"किती?"

त्यांनी अनवधानाने विचारले.

"तसे पुष्कळच हवेत. पाच लाखापर्यंत."

"पण तू एक-दोन दिलेस तरी."

"एक-दोन हजारच असतील तर..." त्या म्हणाल्या– गाफीलपणे.

"हजार कसे आई? इथं लाखाच्या गोष्टी सुरू आहेत!" नीना काहीशी चिडून म्हणाली.

अनुराधाबाई तिचे चिडणे दुरून त्रयस्थासारखं पाहत राहिल्या. पैसे हिला हवेत आणि हीच आपली चिडते!

"खरं तर राजन म्हणाला की आईंनी घरावर कर्ज काढून द्यायला काहीच हरकत नाही. त्याला बिझनेसला हवेत."

कर्ज? या घरावर? त्यांना काही समजेनासे झाले.

"मी बोलले नाही काही राजनसमोर. पण खरंच. काय हरकत आहे? पाच लाखांची पूर्णच सोय होऊन जाईल– दुसरीकडे जाण्यापेक्षा."

त्यांच्या तोंडून शब्दच फुटेना. त्यांच्यानंतर हे घर नीनाचेच होते आणि तरीही...

"तीस-पस्तीस लाखांच्या या घरावर पाच लाख म्हणजे काही मोठी गोष्ट नाही... नाहीतर घराच्या विटा काढून थोडीच विकता येतात आई?"

नीना प्रत्येक मुद्दा तयारीने लढवावा अशीच बोलत होती. अनुराधाबाईंना खूप बोलायचे होते. आतून, उसळून. पण बोलता आले नाही. आपल्या मुलीलाच कसे बोलायचे? ही तर तिने समजून घेण्याची गोष्ट! हे बोलायचे धैर्यच आपल्याजवळ नाही, हे त्यांना समजले.

"लाखसुद्धा नाहीत देण्यासारखे. आणि कर्जबिर्ज नको नीना. तुझे बाबा गेल्यानंतर मी साधं सरळ जगते आहे. कुणाकडे काही न मागता. कसली गुंतागुंत केली नाही... नकोच ते." त्या प्रयत्नपूर्वक, कमालीच्या संयमाने म्हणाल्या.

दुपारी नीना परत गेली. अनुराधाबाई दिवसभर अस्वस्थशा होत्या. कृष्णाही मग आज दुपारच्या तिच्या भटकंतीला गेली नाही. संध्याकाळी अनुराधाबाई म्हणाल्या,

"कृष्णा, बाहेर व्हरांड्यात आरामखुर्ची नेतेस?"

कृष्णाने खुर्ची नेऊन ठेवली.

"तुझ्याकरताही एक आण."

"मला? मी बसते इथं."

कृष्णा पायरीवर बसली. दोन्ही हात छातीशी घेऊन बाई बसल्या होत्या.

"शाल देऊ?"

"हो." त्या म्हणाल्या.

"पण थंडी वाढली की आतच जाऊ जराशानं." कृष्णा म्हणाली. त्यांच्या अंगावर तिने शाल टाकली.

"थंडी यंदा जरा जास्त रेंगाळली." बाई म्हणाल्या, कृष्णाला काही तसे वाटत नव्हते. नदीच्याकाठी याहून जास्त थंडी असते.

हळूहळू अंधार होत होता. अगदी इंचाइंचाने प्रकाशाची आकाशातली रेखा पुसट पुसट होत होती. अनुराधाबाई पाहत होत्या. चाफा, निमग्न, ध्यानस्थ, गूढसा, फुले झाडावरही होती आणि खालीही पडली होती. जरा वेळाने झाडावर चंद्राची कोर आली. बारीक– कपाळावर बायका पुष्कळदा कुंकवाने बारीक चंद्रकोरीची रेषा काढतात तशी.

"कृष्णा, ते बघ..."

कृष्णाने पाहिले, पण त्या काय बघायला सांगतात ते तिला कळले नाही.

"काय?"

"ती चंद्रकोर!"

... त्यात काय बघायचं! चंद्रकोरीसारखी चंद्रकोर, झाडासारखं झाड.

"बाई, एवढे पैसे कशाला लागतात?"

"केवढे पैसे?"

"हेच. नीनाबाईंना कशाला लागतात?"

"लागत नाहीत कृष्णा; पण हवे असतात. आता तुझंच पाहा नं कृष्णा..." त्या मग मधेच हसून म्हणाल्या. आतापर्यंतचा ताण मुद्दाम सैल करून. कृत्रिमपणे. "तुला बघ किती काय काय सतत खावंसं वाटतं! तृप्ती होतच नाही. पोट भरायला तर किती कमीच लागतं. पण जिभेचे चोचले सुटत नाहीत. तुझंच नाही म्हणत मी..."

बाई बोलून गेल्या ते कृष्णाला लागेलसे वाटले. चपापल्या. चूप झाल्या.

"पण आम्हांला अन्न बघायलाच मिळत नव्हतं बाई." कृष्णा जोराने म्हणाली आणि थांबली. मागचे, लांबचे आठवले. मावशी काम करत होती. तिथे एकदा साधं वरण मिळालं. चांगले गंज भरून घट्ट तुरीची डाळ किती दिवसांत तोंडाला नव्हती. मावशीने गरम करायला घेतले तर आत छोटा उंदीर मेलेला. म्हणूनच दिलं असेल. पण वरण फेकले नाही. उंदीर नुकताच पडला असेल. वास नव्हता. उंदीर फसलेला, डाळीचा भाग फेकला. वरण गरम केले. नुसतेच खाल्ले... पोट

भरतच नाही बाई आमचं. अन्नाचे वासच येत राहतात. ते हटत नाहीत... तिला वाटले. ती बोलली नाही.

रेंगाळलेला थंडीचा पट्टा उबदार होत गेला. हळूहळू उन्हे चढली. उन्हाळा, पावसाळा, हिवाळा आणि पुन्हा... ऋतूंचा एक वेढा संपला. दुसरा सुरू झाला. अनुराधाबाईंना जाणवले. ऊन तापायला लागले. दुपारच्या शाळेची मुले सकाळी शाळेच्या रस्त्याने जाऊ लागली. त्यांच्या परीक्षा सुरू झाल्या, संपल्या.

कृष्णा दुपारी साडी भरत बसली होती. तन्मयतेने. एकाग्रपणे. ते त्यांना पाहत राहावेसे वाटले.

"आज दौरा नाही वाटतं?"

"आज घरीच साडी भरते. एका बाईनं दिली भरायला."

"पैसे मिळतील नं?" त्यांनी वरवरचे विचारले.

"दिले तर दिले. मलाच भरायचं असतं."

खरे म्हणजे पैसे घेऊन काम मिळवणे ही हिला एक बाहेरची वाट होईल. तोच रस्ता धरून एक दिवस ही निघून जाईल... त्यांना वाटले. त्यांनी विषय वाढवला नाही.

"बाई, तुम्ही घ्या नं एक साडी. मी देईन छान भरून. त्या चाफ्याच्या आतल्या रंगाची प्लेन वायल."

अनुराधाबाईंना ते पटले. उन्हाळ्यात तशाही त्या चारपाच तरी कॉटनच्या साड्या घेतच.

"चल, तू पण चल बरोबर. जाऊ आपण."

एक दिवस बाई कृष्णाला घेऊन गेल्या. त्यांचे दुकान ठरलेले होते तरी आधी उगाचच दोन दुकाने हिंडल्या. मग नेहमीच्या दुकानात आल्या. साड्या बघता बघता रंगल्या. पण साडीची निवड होईना. एकदा एक निवडावी वाटे तर एकदा दुसरीच नजरेत भरे. चार साड्या झाल्या. आणि मग कृष्णाकडे लक्ष गेले. ती नुसती उभी होती. बसायला दिलेल्या मुड्यावर साधी टेकलीही नव्हती. आणि तिचे साड्यांकडे मुळी लक्षच नव्हते. साधे स्त्रीसुलभ कुतूहलही डोळ्यांत नव्हते. जशी ती फक्त अनुराधाबाईची नोकर म्हणूनच आली होती सोबत. तिच्याकडे पाहताना बाईंना आठवले, की तिला प्लेन साडी भरण्याकरता हवी होती. त्याकरताच खरे म्हणजे ती इथे आली होती. मग त्या म्हणाल्या,

"एक जरा खालची. स्वस्त साडी दाखवा. हिच्याकरता प्लेन..."

"खालची नको बाई, साडी माझ्याकरता नको, तुमच्याकरताच हवी, तशीच बघा. मी तुमच्याकरताच भरीन ती."

बाईंनी घेतलेल्या साड्यांची कॅरी बॅग धरून ती दुकानाच्या पायऱ्या ओलांडून ऑटोजवळ उभीही राहिली.

ऑटो सुरू झाली आणि बाई म्हणाल्या. ''आइस्क्रीम खायचं आहे?''

कृष्णाचे डोळे चमकले. ''हो. पण इथं कुठं?'' तिने इकडेतिकडे पाहिले.

''ते पाहा. घरी घेऊन जाऊ.''

''घरी नको. मी तसं तिथं जाऊन कधी खाल्लं नाही.''

त्यांनी पैसे दिले. ''जा, खाऊन ये. मँगो आइस्क्रीम. तुला आंबा आवडतो नं?''

''आणि तुम्ही?''

''मला चालत नाही. मी ऑटोत थांबते. लवकर ये.''

कृष्णा आइस्क्रीम खाऊन आली. ऑटो सुरू झाली.

''खाल्लं?''

''हो.''

''आवडलं?''

''छान होतं. मी डबल घेतलं.''

''पैसे दिलेच होते मी.''

फक्त घाईनं खावं लागलं. बाई ऑटोतच बसून होत्या... कृष्णाला वाटले.

दुपारी कृष्णा निघाली.

''ऊन आहे कृष्णा.'' बाई म्हणाल्या.

''काय होतं? चपला आहेत.'' ती म्हणाली.

''माझी साडी कधी भरणार?''

''उद्यापासनं. आज ही नेऊन देते. मला उद्या जरा पैसे द्याल? रेशीम आणावं लागेल.'' बाई हसल्या, तेव्हा म्हणाली, ''वर दिलेल्या पैशाचा हिशेब ठेवता नं?''

''तू का ठेवत नाहीस?''

''कशाला? लागेल ते तुम्ही देता. बाकी नीनाबाई बँकेत भरतात. हिशेब तुम्ही ठेवा.''

''आणि आम्ही फसवलं तर?'' बाई थट्टेने म्हणाल्या.

''फसवाल कसं? इथंच तर राहते.''

अनुराधाबाईंना बरे वाटले. तिच्या अकस्मात निघून जाण्याची एक भीती मनात होती. ती त्या मधून मधून चाचपून पाहत.

''या उन्हाळ्यात तुला एक वर्ष झालं कृष्णा इथं येऊन.''

''हो!'' जसे तिला मोजायचे नव्हतेच. वर्ष काय, दोन वर्षे काय! मोजत त्याच होत्या.

कृष्णा गेली. उन्हात. डोळ्यांना अंदाज येईना. इतके अपार निर्मम ऊन. डोक्यावर साधा पदर नाही. चटचट पडणारी पावले. कसला हेतू नाही, कुठला उद्देश नाही, तरीही... आणि तो असेल त्यावेळी ती इथे असणारही नाही. आपल्यासारख्यांच्या घरी. तिच्या इथे नसण्याच्या कल्पनेने त्या क्षणमात्र भयभीतच झाल्या. घाम डवरून आला– जसा कूलर बंद झाला, जशी वीजच गेली. त्यांना कुठेतरी दुखले. कळच आली. छातीत की पोटात कळेना. गुदमरल्यासारखे झाले. आपण बहुधा मरतो आहो असे वाटले. श्रीधर त्यांच्यासमोरच कोसळले तसेच त्या. दुसरी कळ. त्यांनी छाती दाबून धरली. त्या जणू वाट पाहात होत्या कळेची. त्यांना खोल खोल विवरात गेल्यासारखे झाले. घाम... ग्लानी... पण फाटक वाजले– कृष्णा परतली होती.

साडीच विसरली म्हणून सांगताना तिचे लक्ष गेले. तिने बाईंना धरले. निजवले. शेजारच्या बंगल्यातली मुलगी मेडिकल कॉलेजला शिकायची. जातायेताना दिसायची पांढरा ॲप्रन घालून स्कूटरवरून. थोडे हसणे व्हायचे. त्या घराची बेल वाजवली. दार त्या मुलीनेच उघडले.

महिनाभर हॉस्पिटलला राहून अनुराधाबाई परतल्या. घरी तीनेक महिने तरी विश्रांती घ्यायची होती. आणि त्या हळूहळू बऱ्याच होत गेल्या. जशा जशा बऱ्या होत होत्या, तशी जगण्याची इच्छा वेगाने– दुप्पट वेगाने तरारून उठली. हॉस्पिटलला त्यांना मरणाची प्रचंड भीती वाटली होती. नीना, राजन, मुले, सर्वांनी त्यांचे मरण गृहीतच धरून टाकले. आणि त्यातून त्या वाचल्या. त्यांना तर मुळीचच मरायचे नव्हते. समोरचा चाफा, मागचा प्राजक्त त्या हॉस्पिटलमधल्या अटीतटीच्या झुंजीच्या वेळी समोर आले. घरही समोर आले. नीना, राजन, मुले आठवली. त्या क्षणी आठवली नाही ती एक कृष्णाच. आणि त्या गेल्या नव्हत्या... घरी चांगल्या परतल्या होत्या.

संध्याकाळच्या वेळी चांगले तयार होऊन त्यांनी आजारी पडण्यापूर्वी घेतलेल्या साडीची घडी मोडली. साडीचा मऊसूत स्पर्श त्यांना हवासा वाटला. त्यावरून त्यांनी हलकेच हात फिरवला. कृष्णाला खुर्ची व्हरांड्यात घ्यायला सांगितली. नीनाचा, मुलांचा आवाज येत होता. ते लोक कुठला इंग्रजी पिक्चर बघत होते.

खुर्चीत बसून त्या बघत होत्या. त्यांचेच घर. घरावरचे आभाळ, झाड आणि त्यातल्या त्या स्वत:ही. नीना म्हणाली होती की ती आता इथेच शिफ्ट होईल. राजन शनिवार-रविवारी येत जाईल. ते त्यांना अजिबात नको होते. त्यांना एकटेच राहायचे होते– कृष्णासोबत. ती मात्र हवी होती.

“कृष्णाऽ” त्यांनी आवाज दिला.

कृष्णा आली.

"काय करतेस?"

"काही नाही, सिनेमा बघत होते."

"इंग्रजी कळतं?"

"नाही, पण बघायचं काय तरी."

त्यांना एकदम वाटले– थोडे भरून येऊन काही वाटले. तिच्याबद्दल काहीतरी दाटूनच आले. नेहमी कृष्णाचा विचार त्या स्वत:च्या संदर्भात करत. पण कदाचित हे वाटणे कृत्रिम, वरवरचे पण असू शकते, आपल्या आत, तळात घट्ट जमून बसलेल्या उबेला त्याने काही धक्का पोचत नाही. तरीही...

कृष्णा नुसती उभी होती. त्यांनी हाक मारली होती. आणि त्या काही सांगतील म्हणून वाट पाहत.

"आज काय दुपारची भटकंती बंद?" त्यांनी विचारले.

"तुम्ही बऱ्या झाल्या की जाईन."

"मी घेतलेली साडी भरून झाली का गं?"

"नाही. वेळ मिळाला नाही. आता भरीन."

... मी मरूनच गेले असते तर कृष्णा तू काय केलं असतंस? तू इथून गेली असतीस? परत गेली असतीस? त्यांच्या मनात आलेल्या प्रश्नाचे तेच उत्तर होते. ते त्यांना मान्यही होते. तरी त्या अस्वस्थ झाल्या. संचय हा काय फक्त वस्तूंचाच नसतो, कृष्णा! तो आपापल्या अनुबंधांचाही असतोच नं! क्षीण होणाऱ्या दृढ होणाऱ्या आणि पूर्णपणे संपूनही जाणाऱ्या...

"नीनाबाई इथंच राह्यच्या नं आता?" कृष्णाने विचारले.

बाईंची तंद्री मोडली. "म्हणते ती तसं! पण मला नको वाटतं."

"कशाला?"

"आता नको वाटतं कृष्णा. वेगळं काही असावं असं वाटतं. पूर्वी तेच आणि आताही तेच! एकटीनं राहावं वाटतं. कुणाचंही बंधन नको. अगदी स्वत:चंही... खरं म्हणशील तर तुझ्यासारखं!" त्या काहीशा हसत म्हणाल्या.

"काय बाई तुम्ही सांगता! माझी कुठची गोष्ट काढली?"

"खरं म्हणते." आता त्या काहीशी गंभीर झाल्या.. तुझ्यासारखं नि:संग व्हायला मला आवडलं असतं. निर्भय, एकटं, ओबडधोबड, अनाकारित. कुठला तरी एकच एका आकाराचा ठोकळा होऊन सजूनधजून बसण्यापेक्षा हे असं उघडं-वाघडं....

कृष्णा ती साडी घेऊन बसली. रेशीम ओवत. मनापुढे डिझाइन होते. रंग होते.

कोरी साडी समोर पसरली होती. फुले न भरलेली. कुठलेही रंग नसलेली. मग ती एकाग्र झाली. साडी भरू लागली. महिना लागला साडी पूर्ण भरून व्हायला. पूर्ण झाली तेव्हा तिच्याकडे ती पाहत राहिली. छान झाले होते सगळे. टाके, रंग, फुले. ही साडी भरायला घेतल्यापासून काय काय विचार मनात यायला लागले. अजून पुरता निश्चय होत नव्हता. पण साडी पुरी होता होता मनात येऊ पाहत होते, ते निश्चित झाले... बाई निजल्या होत्या, दुपारच्या. तब्येत सुधारते आहे चांगली. चांगल्या मरणाच्या दाराशी जाऊन आल्या. केवढं मोठं चकाचक हॉस्पिटल. सिनेमातल्यासारखं. त्यातल्यासारखंच सगळं– उशा-पायथ्याला हगलंमुतलंसुद्धा फेकायला माणसं. भेटायला येणारे काय? फळं काय? ज्यूस काय? हॉस्पिटलला– घरी. सगळी मिजास पोसली गेली. मरणाचीसुद्धा! मावशी असं काय तरी म्हणायची. मरायला टेकलेलं माणूस वाचलं की... यांच्या त मरणाची पण गोष्ट झाली. तसं मरूनच गेल्या असत्या तर गोष्ट खतम.

बाई उठल्या.

"कृष्णा, चहा..." नीनाचा आवाज आला. चहा करून सगळ्यांना दिला. बाईंना खायला दिले मग बाई नीट घडी करायच्या तशीच साडीची घडी केली. बाईंना दाखवली.

"बघा, तुमच्याकरता विणली."

बाईंनी साडी हातात घेतली. त्यांनी भरलेल्या फुलांवरून हात फिरवला. मग फुलांच्या रंगावरून. मग सगळ्या साडीवरून. प्रत्येक स्पर्श वेगळा आणि संपूर्णही वेगळा असा झाला. त्यांच्याकरता कुणी भरलेली ती साडी... त्या काही बोलल्या नाहीत.

"आवडली?" कृष्णाने विचारले.

"खूप." त्या मनापासून म्हणाल्या.

"पण कृष्णा. ही तूच घे. तुझ्याकरता."

"कशाला बाई? ही मी तुमच्याकरताच केली."

मग नीना तिथे कशाला तरी आली तेव्हा दोघींनाही एकदमच कळावे म्हणून कृष्णा म्हणाली,

"बाई, मी जाईन म्हणते."

"कुठं?"

प्रथम बाईंना ती काय म्हणते तेच कळले नाही. मग शब्द कळले, पण त्यांचा अर्थ कळेना. तो कळल्यावर त्या कसेबसे म्हणाल्या, निर्जीवपणे,

"कुठं जायचं आहे?"

"कुठं नाही, इथून जाईन म्हणते."

"कुठं? आश्रमात?"

"कशाला?"

"मग कुठं?"

ती बोलली नाही.

"अशीच मधे कशी जाते पण?" नीना म्हणाली तडकून.

"मधेच कुठचं? बाईंना बरं वाटलं. तब्येत चांगली आहे. म्हणाल तर दोन दिवस थांबीन पण..."

"जायचं असलं तर आत्ताच जाऊ शकतेस. काही अडत नाही. आईनं डोक्यावर बसवून ठेवलं नुसतं!"

नीना चिडली. ते बाईंना आवडले नाही. या वेळी नीनाने कृष्णाला बोलू नये असे वाटले.

"रागावू नका बाई. पण जन्म इथं थोडी काढायचा होता?" कृष्णा म्हणाली. खिडकीपलीकडे कुठेतरी पाहत.

...ही काय म्हणते आहे? अनुराधाबाईंनी कृष्णाकडे पाहिले. कसले तरी अनामिक भय दाटून आले. ऊन उतरायच्या आधीच– कातरवेळेसारखे..

कृष्णाने दोन दिवस जाऊ दिले. मग सकाळी नीनाला बाईंसमोरच म्हणाली,

"माझ्या नावानं बँकेत पैसे भरत होत्या ते काढून द्या. मी आज जाते." सांगणे अरेरावीचे नव्हते.

पैसे? नीनाला एकदम आठवेनाच. मग लक्षात आले. पहिल्या दोन-चार महिन्यानंतर पैसे भरलेच कुठे? पण ते तिने कबूल केले नाही.

"तुम्ही आईकडून दर महिन्याला पैसे उचलत होता नं?"

"ते किती नीनाबाई? कधी पन्नास त कधी शंभर."

"नीना, कृष्णाचा हिशेब करून टाक. तिला पैसे लागतील." अनुराधाबाई म्हणाल्या.

"येतील त्या पुन्हा. नाहीतर थांबतील पैसे मिळेतो. पैसे कुठं जात नाहीत त्यांचे. तुझ्या आजारपणात आधीच खूप खर्च झाला..." नीना निर्णायक स्वरात म्हणाली.

"पण थोडेफार तरी..." त्या नीनाला घाबरून गुळगुळीतपणे म्हणाल्या.

"थोडे देता येतील." नीना म्हणाली.

कृष्णाने स्वैपाक केला. बाई करतात तसा. त्यांनी शिकवला तसा. डाळ-दोडका, दुधीभोपळ्याची भाजी, लसणाची चटणी, कोशिंबीर.

"स्वैपाक चांगला झाला." अनुराधाबाई म्हणाल्या.

कृष्णा जेवायला बसली. तेव्हा तिलाही वाटले, की स्वैपाक छान झाला. पण जेवण गेले नाही. तिला खरे म्हणजे खूप जेवायचे, जेवून घ्यायचे होते. तडस

लागेतो. भूकही सपाटून लागली होती. पण एका-दुसऱ्या पोळीतच नको वाटले. एरवी स्वत:ला थांबवावे लागे.

आवरून झाले. बाईचा डोळा लागला. तेवढा वेळ ती थांबली... पिशवी भरली. बाईंकडच्या कापडाची तिनेच शिवलेली पिशवी, बाईंनीच दिलेल्या दोनतीन साड्या. अंगपुसणे, कंगवा छोटा आरसा...

बाईंना चहा दिला.

"तू घेतला?" त्यांनी विचारले.

"हो, जाते मी बाई" ती म्हणाली.

"नीनानं थोडे पैसे दिले नं?" त्यांनी भिऊनच विचारले. नीनाला ऐकू येणार नाही असे.

"हो."

"पुन्हा ये. म्हणजे उरलेले..." त्या कसेबसे म्हणाल्या. कृष्णा काही बोलली नाही. हो-नाही– काहीच नाही. जसे पैसे तिला नकोच होते. आपल्या शब्दांना कुठला कणा नाही, हे अनुराधाबाईंना जाणवले. पण तिने जाऊ नये, कसेही करून थांबावे असे खूप वाटले– आतून वाटले. कदाचित आता तेवढ्यापुरतीच छातीत पुन्हा कळ यावी मरणाची. आणि पुन्हा त्यातून वाचावे... त्या मग स्वत:लाच हसल्या. खिन्नशा. ज्ञानेश्वरांनीच खिजवले आहे :

> तेथ इच्छा हे कुमारी जाली ।
> कामाचिया तारुण्या आली ।

अनुराधाबाई तिला निरोप द्यायला दाराशी आल्या.

"नीनाला सांगितलं?" त्यांनी विचारले,

"हो." ती म्हणाली.

"जाते." पुन्हा तिने सांगितले. जशी ती तिच्या दुपारच्या भटकंतीलाच निघत होती.

ती एक दिवस न सांगता निघून जाईल असे अनुराधाबाईंना नेहमीच वाटायचे, तशी ती आज जात होती. पण सांगून, निरोप घेऊन. जाण्याचा अवधी देऊन ती त्यांच्या पाया पडेल असे त्यांना वाटले, पण तसे कृष्णाने काही केले नाही.

ती घराच्या पायऱ्या उतरली. फाटक उघडले, लावले. ती आली होती तेव्हासारखेच रखरख ऊन होते. ती तिच्या नेहमीच्या चालीने झपाझपा चालायला लागली. तिने मागे वळून पाहिले नाही.

अनुराधाबाई उभ्याच होत्या.

सखी

गडद थंडीचं धुकं वितळून स्वच्छ ऊन खिडकीच्या काचेतून मजेत आत डोकावत होतं. नऊची मीटिंग होती. अर्धा-पाऊण तास उशिरानं सुरू झाली. तीही देवीकरताच. तिलाच उशीर झाला. सगळे खोळंबून थांबले. ती सॉरी म्हणून तिच्या जागेवर बसली. असा उशीर झाला, की मग देवीचं लक्ष लागत नाही मीटिंगबिटींगमध्ये. शाळेच्या तिसऱ्या मजल्याच्या हॉलमध्ये लांबट चौकोनी टेबलाभोवती शाळेची बडीबडी धेंडं बसलेली. देवीनं हळूच डोळ्याच्या कोपऱ्यातून पाहिले. सगळ्यांचे चेहरेही आपले गंभीर लांब. खरं तर निर्विकारच.

"तुम्हाला उशीर झाला." चेअरमन तसे अदबीनंच पण स्वरातील नाराजी न लपवता म्हणाले.

"अं! हो म्हणजे..." तिनं मग काही सांगण्याचा प्रयत्नच सोडून दिला. तसं उशिराला काही कारण नव्हतं; पण सकाळी सकाळीच जयचा विषय निघाला. शशीकडूनच. तसा तो कुठूनही दोघांत शिरतो. टाळायचं ठरवूनही. आता तर दिवाळीनंतर तो अचानक उगवला होता, म्हणून त्याचा विषय निघायला कारण तर होतंच जबरदस्त.

"तुम्ही शाळेच्या फाउंडर... " कोण म्हणत होतं! ती फाउंडर होती! हो, असली पाहिजे. ती आणि अंजली. एका छोट्या घरात दोन खोल्यांत आणि समोरच्या अंगणात दोघींनी बालमंदिर सुरू केलं.. त्याची नंतर ही शाळा... किती वर्षांनी किती मजले चढले... कितीकांचे हात लागले... जुन्याची खूण म्हणजे शाळेच्या आवारातला तो दगडी चबुतरा आणि तो मोठा वृक्ष... अंजलीनं मध्येच सोडलं. ती राहिली. इंग्रजीची शिक्षक झाली. इतर कुठलंही पद स्वत:कडे घेतलं नाही. देवीचं आता मिटिंगमधून लक्षच उडालं. खिडकीच्या बंद काचेपलीकडे एक चिमणी दिसली. तिला आत काय चालतं हे पाहायचं असावं म्हणून काचेवर चोच

मारत होती का? तिला बिचारीला खिडकी तरी द्यावी उघडून म्हणून देवी बसल्या जागी चुळबूळ करायला लागली. शेजारच्या खुर्चीनं चष्म्याआडून जरा आश्चर्यानंच देवीकडे पाहिलं. समोरच्या ओळीतल्या कपले मॅडम तर जांभई दाबत होत्या! देवीनं त्या चिमणीपलीकडे नजर टाकली तर काय काय आपलं समोर यायला लागलं! एखादा वेगळ्या वाटा तुडवणारा संगीतकार कुठले कुठले विसंवादीसुद्धा स्वरमेळ एकत्र ओवून टाकतो तसं काय काय आपलं इकडचं तिकडचं एकत्रित जोडल्यासारखं समोर. ती वेदपाठक सरांची भर चौकातली गायनशाळा, कॅलिफोर्नियाच्या वाहत्या रस्त्यावरल्या सिमेट्रीतल्या हिरव्या डेरेदार वृक्षांचं न संपणारं हिरवेपण, खालच्या फ्री-वेवरली मोटारींची सततची ये-जा, काही कसं निरुद्देश नव्हतं. प्रत्येकाला आपली त्याची त्याची जागा होती... शाळेच्या मेन गेटसमोरची बाबुलालची चहाची टपरी आता अगदी फार्मात होती. बाबुलाल गरमागरम भजी तळतोय... जवळचा पानठेलाही सरसावून बसतोय. देवीला एकदम बाबुलालच्या भज्यांची तिखट चव जिभेवर जाणवली. शाळा दोन शिफ्टमध्ये म्हणून बाबुलाल सकाळचाच टपरीवर बसतो तो दुपारची शाळा पाचला सुटेस्तो. त्याचा चहाही एकदम गोड. तिच्याकरता खास म्हणून बनवलेला चहाही गोडच असतो. चहात साखर टाक बाबा; साखरेत चहा नको, देवी गमतीत म्हणते. शाळेला ती टपरी, तो ठेला हटवायचा आहे. मुलांना वाईट सवयी लागतात म्हणे... बाबुलालच्या समोशांचा फार्म्युला तर कधी चुकत नाही. त्याचं तिखटही त्याच्या साखरेसारखं जास्त. जीभ हुळहुळी होते, नाक सूं सूं करतं...

कपले मॅडम तिच्या कानाशी लागून काही म्हणत होत्या. काय कोण जाणे! कोणी काही म्हणालं, तीही.

...आज पण शशी जरा जास्तच चिडला. दोन वर्षं होऊन गेली. शशीच्या भाषेत रीतसर मार्गी लागायच्या आधीच जयनं कसलंसं वेड घेऊन घर सोडलं. तो मुंबईला गेला. त्या वेडाला नक्की एक दिशासुद्धा नव्हती.. अजेंड्यावरले विषयही संपेनात. काचेपलीकडली चिमणीही तिथे नव्हती आता. आत विशेष काही नाही हे तिलाही कळलं असेलच... अशाच गजबजलेल्या रस्त्यावरली ती वेदपाठक सरांची गायनशाळा, बुधवार बाजाराच्या चौकाच्या रस्त्यावर. मुळात ती म्युनिसिपालिटीची शाळा. संध्याकाळी तिथं गायनशाळा भरे... कंदिलाच्या उजेडात पहिलीपासून तो अलंकारपर्यंतचे वर्ग भरत. पहिले तर कंदीलच असत. नंतर वीजही आली. तिथंच विहिरीजवळच्या चाळीत मधल्या निमुळत्या अंगणात ती आणि वेदपाठक सरांची अंजू खेळत. गायनशाळा चुकवून. वाहनांचे कर्कश्श आवाज सतत येत; पण केव्हा तरी खेळ रंगलेला असताना असेच वाऱ्यावरून सूर आले...

ग ग सा ऽ ग म प ग म

निधमपधऽ मग
पनघट मुरलिया बाजे सखी
स्तिमित जुवती जन ठाडे निचेतन...

..देवीनं कान टवकारले. खेळ अर्ध्यातच सोडला. अंजूच्या रडीचा डाव खडीला न जुमानता ती फ्रॉकला लागलेली धूळ झटकत गायनशाळेकडे धावली. वेदपाठक सर शिकवत होते, त्या वर्गाच्या दारात जाऊन उभी राहिली. मग इतर कुठले आवाज ऐकूच आले नाहीत. पुढे कळलं तो होता खमाज. वरच्या वर्गाला 'सूर संगत राग विद्या' म्हणून चीज होती. तोही असाच दारात उभा राहून... पुढे कळलं, की तो तिलककामोद. त्या शाळेच्याच चौकातलं ते एक जुन्या पुस्तकाचं फतकल मारून बसलेलं दुकान... तिथं एक जुन्या गाण्याचं पुस्तक सापडलं. राग स्वर देऊन गाणी लिहिलेली. अंजू म्हणायची पेटी काढून... मोठेपणी कोण होणार म्हटलं तर दोघी सांगायच्या गायनशाळा शिकवणार. त्या गजबजलेल्या चौकाच्या रस्त्यावर पुस्तकाच्या त्या दुकानापलीकडे आठवडी बाजार. तिथंच राजविलास सिनेमा टॉकीज आणि तिथंच ती शाळा. एवढ्या गजबजाटातून सूर नेमकं हवे तिथं पोचत.

चहा आला. बिस्किटं, वेफर्स... त्याऐवजी भजी चालली असती. चहा अजून तरी बाबुलालचाच होता. तीच वर्षानुवर्षं जमलेली, साधलेली चव. तिनं सर्वात आधी कप रिकामा केला. बाबुलालला शाळेकडून नोटीस दिली आहे. मुलांच्या शाळेसमोर असे टपरी ठेले नको हे कोणी सांगितलं यांना? वेदपाठक सरांच्या गायनशाळेभोवती तर किती काय काय नव्हतं का? नंदिनीच्या ऑपरेशनला कॅलिफोर्नियाला गेलो होतो तर भर रस्त्यात बाजूला चक्क सिमेट्री, त्याच रस्त्यावर चोवीस तास इमर्जन्सी सर्व्हिस असलेले व्हेटर्नरी हॉस्पिटल. तिथंच एक मॅड सायन्सची पाटी, तिथंच लॉटरीचं ठिकाण. लोक लॉटरीचं तिकीट घ्यायला यायचे. जॅकपॉटच्या आकड्याचे फलकही तिथंच आणि खालच्या फ्री-वेवरून रात्री दिव्यांच्या ओळीच्या ओळी वेगानं धावताहेत. लोकल रेल्वेचे रूळही... या साऱ्याला वेढून घेणाऱ्या टेकड्या पार्श्वभूमीला क्षितिजाखाली. सगळं ब्रह्मांड आपलं एका ठिकाणी... कमी होती ती वेदपाठक सरांच्यासारख्या गायनशाळेची.. नंदिनीकडे असतानाच अंजूचं पत्र आलं सर गेल्याचं. अंजू एकटी पडली. काकूही नंतर गेल्याच.. अंजूनं लग्नही नाही केलं... त्याबद्दल टोकलं की म्हणायची, तू बघ न मुलगा माझ्याकरता. तिचा मोठा भाऊ– भाईही अमेरिकेतच सेटल झालेला. कधी तरी येऊन दोन-चार मुलं बघायचा. अंजू सगळ्यांना ठाम नाहीच म्हणायची. नुसतं नाही नाही, तर त्याबद्दल भांडणच व्हायचं. काकू असताना नंतर भाईच कंटाळला. थकला. ती आणि तिची दहा ते पाचची कारकुनी. सरांची गायनशाळा मात्र सरळ अंजूकडे आली. तिच्या सगळ्या लकबीही सरांच्याच उचललेल्या... हाताचा तळवा वर तिरपा धरून समोरच्या

माणसाला आपल्या दृष्टीनं जणू बांधून टाकत. सर शिकवायचे, तशीच अंजू, सर कधी गायले नसतील का मैफलीत? ते शिकवायचेच. रेडिओवर त्यांचे प्रोग्रॅम होत. ते कधी रंगलेले ऐकले नाहीत. त्यांचं शिकवणंच रंगायचं... शाळेचा एकेक मजला, तांबडा रंग, मोठं गेट, आवार, समोरचा वाहता रस्ता, बाबुलाल. सगळी मुलं... हे सगळं म्हणजे शाळा... सुरुवात करून पाहिली. मनात आलं, तेव्हा कदाचित ती एकटी असेल. पण मग अंजूही आली... खरं म्हणजे एकटं कधी काय असतं...! साधा आपल्या मनाच्या तळातला तो खमाज... तोसुद्धा एकटा खमाज राग नसतोच कधी. वादी, संवादी, विवादी घेऊन उभा असलेला तो खमाज म्हणजे पनघट, त्यातली मुरली आणि त्यातली सखी... छे, सखी तितकीच महत्त्वाची. हा अनुभव कुणी तरी आपल्या सखीला सांगतं. सखीच नसती तर...

....खुर्च्या सरकवल्याचा आवाज आला. ती भानावर आली. कपले मॅडम काही म्हणत होत्या. तिनंही काही म्हटलं. एकदाची मीटिंग संपली. ती बाहेर पडली तो बाबुलालची टपरी थंड होती. ती जवळ गेली. बाबुलाल अगत्याचं हसला. 'गरम आहेत सामोसे?' तिनं विचारलं, 'अभी नहीं,' तो ओशाळून म्हणाला.

"बरं उद्या नेईन... तिखट जरा कमी. मटर टाकून..."

"बराबर." बाबुलाल म्हणाला. मग त्यानं सांगितलं, की त्याला कॉर्पोरेशनकडूनही ताकीद आली आहे. रस्ता रुंदीकरणासाठी ही टपरी, हा ठेला.. या चौकात ॲक्सिडेंट होतात म्हणे... त्या गायनशाळेच्या चौकात तर कधी नाही झाले ॲक्सिडेंट... आपल्याविरुद्धही तक्रारी आहेत. तिनं शाळा सुरू केली ती गोष्ट जुनी झाली. नवे नवे बदल झाले.

रात्री देवी डायरी लिहीत होती. किती वेळ तरी संपेना, शशीनं एक-दोनदा डोकावून पाहिलं. मग न राहवून विचारलं,

"काय डायरीच लिहितेस की..." ती बोलली नाही तसा तो तिच्या मागे येऊन उभा राहिला. ती लिहीत असलेल्या ओळी दोन-चार वाचून पाहिल्या. काही कळलं नाही.

"देवयानी..." तिनं मागे वळून पाहिलं. "किती वेळ आहे अजून?"

"झोप येत नाही का?" तिनं हसून विचारलं.

"असं नाही," शशी म्हणाला.

"झालंच," ती म्हणाली, तरी झोपायला येईतो अर्धा तास गेलाच. सगळे दिवे ढणढण सुरू होते. ते तिनं बंद केले. छोटा निळा दिवा लावला. झोप येईल कशी शशी? दिवे एवढे ठेवलेस झोपताना. प्रकाश मंद असावा. एकदम अंधारही नको."

शशीनं पाहिलं, तो बाहेर पूर्ण गोल चंद्र आहे हे आता लक्षात आलं. "पौर्णिमा आहे आज?" त्यानं विचारलं.

"काल झाली. बघ ना चंद्र नेमक्या एका सुतानं कमी आहे नं?"

असेल. त्याला वाटलं. इतके सूक्ष्म फरक त्याला कळत नाहीत.

"मला वाटलं तू जयला पत्र लिहिते आहेस." त्याला जयचा विषय हवा आहे का?

"लिहिलं मी पत्र. टाकलंसुद्धा. वाढदिवसाचं त्याच्या."

"मला सांगितलं असतंस, तर मीही दोन ओळी लिहिल्या असत्या... मला वाढदिवसाचं लक्षातच नव्हतं."

"पत्र आधीच खूप लांबलं, संपता संपेनाच. मग वाढदिवसाच्या दिवशी पोचायचं म्हणून मी घाईनं..." म्हणता म्हणता ती थांबली. मग हलकेच म्हणाली,

"खरं तर तुला लिहायचं आहे, असेल, हेच माझ्या..." ती बोलली नाही. शशीला पत्र लिहायला जमत नाही. लिहितो ती सगळी एकजात बिझिनेसची असावी तशी. त्याच्या फॅक्टरीच्या संदर्भातल्यासारखी. बिनसुराची, निर्विकार. शाळेच्या मीटिंगला कसले कसले निर्विकार चेहरे असतात तसली. त्याच्या तसल्या पत्रांना कसलंच रंगरूप नसतं. ते असायला पाहिजे हेच मुळी त्याला कधी कळत नाही.

"उद्या एखादं ग्रीटिंग घेऊन येते. पाठवता येईल. लिहून टाक त्यावर दोन ओळी."

"काय लिहू?"

"अरे, काहीही. दोन ओळीचं काहीही..." अशा दोन ओळी खूप सोईच्या. म्हटलं तर त्यांनी वेळ निभावून नेता येते. म्हटलं तर त्यात आपला जीवही ओतता येतो. शशीचं आणि जयचं नातंच मुळी असं निभावून नेण्याच्या जातीचं... ती शशीजवळ येऊन निजली.

"एवढं काय लिहिण्यासारखं असतं ग डायरीत रोज रोज?"

"हेच आपलं, नेहमीचं..."

"रोजचं रूटीन?"

...रूटीन कसं! रूटीनमध्ये एक यांत्रिकपणा, काहीसा निर्जीवपणाच असतो. पण शशी, डायरीत तेच रोजचं रूटीन बदलून येतं. वाहत्या पाण्यासारखं ताजं होऊन खळाळतं. आजूबाजूची प्रतिबिंबं मजेत सामावून घेतं. तुला नाही कळणार...

"असंच काहीसं..." ती त्याच्या प्रश्नाचं उत्तर म्हणून म्हणाली.

"आज काय लिहिलंस? जयबद्दल?"

"छे."

"मग माझ्याबद्दल?"

"तेही नाही."

"म्हणजे फक्त स्वत:बद्दल?"

...एका अर्थानं म्हणशील तर तसंच. डायरीत दैनंदिन काहीच नसतं शशी. डायरी लिहिणं म्हणजे त्याचा दैनंदिन तोच तो स्पर्श पुसून जाणं...

"हं. तसंच समज..." ती वरवर शशीला म्हणाली.

"ऊर्मीचं पत्र आलं आहे."

"तुला आलं?" देवीनं विचारलं आश्चर्यानं.

"नाही, तुलाच होतं; पण मीच फोडलं." तो काहीसा ओशाळून म्हणाला.

"पूर्वी तिला घरातच शेअर हवा होता; पण अण्णांनी घर पूर्ण माझ्याच नावावर केलं. ऊर्मीला तिच्या हक्काची खूप जाणीव आहे. तिच्या मिहीरला तिनं मुद्दामच माझ्या फॅक्टरीत चिकटवलं आहे. आय हेट ऑल सच थिंग्ज... मला तिच्या पत्राबित्रात अजिबात इंटरेस्ट नाही..."

"पण ऊर्मी तुझी धाकटी बहीण आहे शशी." सारं दीड वर्षांचं अंतर तुमच्यात. तुमच्या एवढ्या मोठ्या घरात तीही खेळली, मोठी झाली. आपापले केवढे तरी सहभाग घेऊन आपण लहानपणी आपल्या घरी मोठे होत जातो. यात काही फक्त हक्कच शिल्लक राहतो असं कसं म्हणता येईल?"

"ऊर्मीच्या बाबतीत तरी तेच खरं आहे."

"खरं म्हणजे तुम्ही दोघंच बहीण-भाऊ. किती अतूट बंध असतात पाठोपाठच्या भावंडांत! माझ्यात आणि नंदिनीत बघ नं! इतकं दोघींचं सगळं जग लहानपणी एकत्र होऊन जातं! वेगळं करतासुद्धा येत नाही. तुम्हा लोकांचं मला नेहमीच नवल वाटतं. फार कोरडे आहात तुम्ही सगळे जण. मागे घरासंबंधी तुझे नि ऊर्मीचे वाद झाले, त्या वेळी तुझ्या आईची सहानुभूती ऊर्मीकडून होती, पण ती बांधलेली मात्र तुला राहिली. तुमच्या घरातली सगळीच जणं एकमेकांना कशी तरी बांधलेली आहात... उमलून सहजपणे जुळून आलेलं, विस्तारून दृढ झालेलं असं काही तुम्ही कधी अनुभवलंही नाही का? मागे तुमचे वाद सुरू होते घरासंबंधी, तेव्हा मला वाटायचं, एवढं मोठं घर, एवढं आवार– मागचा भाग ऊर्मीला द्यावा, पुढचा तू ठेवावा. तू ते घर पाडून त्याचा बंगला केलास तेव्हा ऊर्मी किती रडली... शेवटी जे अगदी आपलं असतं ते आपण कुणाला कधी देऊ शकत नाही हीच तर मुळात ट्रॅजेडी असते नं!"

शशी बोलला नाही. त्यानं कड फिरवली. चंद्राचा गोलाकार आणि तो निळा बल्ब मागे करून. वाटलं, आज इतकी वर्षं देवी आपल्याजवळ निजते. ती नसली बाजूला, तर सवय मोडल्यासारखी झोपसुद्धा विस्कटते. तरीही ही आपल्याला अगम्यच राहिली आहे.

झोपण्यापूर्वी शशी दिवसभराचा खर्च लिहीत होता. अण्णांनी लावून दिलेली

सवय. किती वेळ गेला तरी हिशेब जमत नव्हता. थोडा थोडका नाही चांगला चारशेचा फरक. त्यानं स्वतःवरच चिडून पेन्सिल ठेवून डायरी मिटून ठेवली. 'हं' तो उद्वेगानं हुंकारला.

''काय झालं?'' देवीनं डोळ्याच्या कोपऱ्यातून पाहत मिस्किलपणाने विचारलं.

''काही नाही.''

''हिशेब जमत नाही. हो ना?''

''तू कर तुझं काम...''

''ते तर करतेच आहे रे! पण शशी, शिल्लक येतेय ना काही, तोवर फिकीर नको,'' तिचा मूड पूर्णपणे थट्टेचाच नसावा.

स्वतः काहीच हिशेब ठेवत नाही. पर्समध्ये चिल्लर, नोटा, नाणी यांची नुसती खिचडी करून ठेवते. एकदा तर ब्लेडही होती. तिचंच बोट कापलं. कायनेटिकची किल्ली तर दिवसाआड हरवते...

''ज्या क्रमानं खर्च केलेस त्या क्रमानं आठवून बघ ना, आपलं नेहमीचं, ते असोसिएशन ऑफ आयडियाच.'' त्यानं तिच्याकडे आता लक्षच न देता संयमानं विचारलं.

''तुझा काही मेजर खर्च...?'' आणि विचारतानाच तो थांबला. हा प्रश्नच तर खरं म्हणजे देवीकरता नव्हता. तिचे मोठे खर्च नसतच फार. तिचे स्वतःचे आणि घरगुती खर्च ती तिच्याच पगारातून करत होती. जनाचा आणि तिच्या नवऱ्याचा पगारही. कधीतरी तोंड दाखवणाऱ्या माळ्याचा पगारही. साड्या, दागिन्यांचा शौकच नव्हता... पण आता ती एकदम म्हणाली,

''हं, हजार रुपये...''

''हजार एकदम...? काय घेतलं?''

''दिले.''

''कुणाला?...'' आता ही एकेक प्रश्न विचारायला लावील.

''अंजलीला.''

''अंजलीला?'' त्याने आश्चर्याने विचारलं.

''हो, तिला म्हणजे तिच्या संस्थेला... ती संगीत विद्यालय चालवते. जयच्या वाढदिवसानिमित्त मी दिले...''

शशी स्तब्ध झाला. दिवाळीनंतर जय येऊन गेला तेव्हा तिनं त्याला बरेच पैसे दिले असतीलच. तो विषय उगाळायचा नाही असं ठरवूनही तो निघतोच दोघांत. मनात तर असतोच खोलवर मुरून. निदान दिलेल्या पैशांचा तिनं जयकडून हिशेब तरी मागावा... शशी जरा अस्वस्थ झाला. मग त्यानं एकदम विचारलं,

''वाढदिवसाचं एवढं लांबलचक पत्र लिहिलंस त्याला. त्याला एकदा हे

विचार, लिही, तो हे असे प्रयोग करतो आहे ते कशाच्या भरवशावर? इथं एक घर भक्कम आधारासारखं त्याच्याकरता सतत असणारच आहे म्हणूनच नं!'' शशी अगदी वरच्या पट्टीत होता.

"नुसतं घरच नाही. तर तूही...'' तो जितका वरच्या पट्टीत होता तितकीच ती खालच्या स्वरात म्हणाली.

"ते काहीही नसतं तरी तो गेला असताच. घर सोडून जातात ते त्याच्या आधाराकरता मागे येत नाहीत. म्हणून मी हा मागचा रस्ता त्याच्याकरता असू दिला. ते दोर कापले नाहीत इतकंच... पण तेही करून पाहा. तू त्याच्याकरता काही ठेवूच नको. त्याला हीही जाणीव देऊन पाहा. शाळेपासूनच तो वेगळ्याच उद्योगात नव्हता का शशी! नाटक बसव, नाटक लिही. कवितांना चाली दे... मी ते सगळं त्यानं विसरून जाऊ नये हेच पाहिलं. यालाच प्रयोग म्हणत असशील तर...'' तिनं दीर्घ श्वास सोडल्याचं त्याला जाणवलं.

"ही एवढी फॅक्टरी उभी केली. अण्णांनी जे फक्त सुरू करून दिलं ते इथपर्यंत आणलं. आता माझ्यानंतर काय हे सगळं त्या मिहीरला दान करून टाकायचं...''

"तुझा प्रश्न कुणाला देण्याचा नाहीच शशी...''

"हो, तो फक्त जयचाच असेल...''

"जयचाही नाही. तो फक्त तुझा आहे फक्त तुझा.''

"का? तुला नाही हा प्रश्न पडला? तुला नाही त्याची कधी काळजी वाटत?''

"वाटते, खूप वाटते.'' ती बोलता बोलता थांबली... पण वेगळ्या तऱ्हेनं वाटते. अगदी खास आपल्या म्हणून कितीतरी शक्यता सामावलेल्या असतात. या टीचभर जगण्यातून कुठं त्या सगळ्याच्या सगळ्या साध्या व्यक्त तरी होतात? पण भर गर्दीतून काय नेमकं आपल्याकरता असेल हे कळून घेण्याची कुणाची धडपड अमान्य कशी करायची? आधीच तर कितीतरी मोह आपल्या जागा घट्ट धरून असतात... देवीनं दिवा विझवला. देवीला अर्ध्या तासात झोपही लागली असेल; पण शशीला झोप उडाल्यासारखंच झालं. जयचा विषय... त्याचा असा उद्रेकानं उच्चार झाला की, रात्र झोपेशिवायच जायची... तो उठला. देवीच्या खोलीत गेला. खोलीत अस्ताव्यस्त पसारा होता. कॅसेट-कवितांची, नाटकांची पुस्तकं, एक जुनी हार्मोनियम, सिरॅमिक्सच्या ती करत असलेल्या वस्तू, संगीतावरचे जुने ग्रंथ– संगीत रत्नाकर त्यानं उघडून पाहिला. जुना ग्रंथ होता... श्रीधर वेदपाठककडून तिला भेट मिळालेला. भरताचं नाट्यशास्त्र होतं. तिच्या वर्षानुवर्षीच्या डायऱ्या. त्या खोलीला एक सूक्ष्म गंधच होता देवयानीचा. तिच्या अस्तित्वाचा, तिच्या असण्याचा, तिच्या सतत गुणगुणण्याचा. ती खोलीत नव्हती तरी होता. समोर आल्बम होते. जुने जुने. देवयानीच्या माहेरचं चाळीतलं ते घर. तीन खोल्यांचं. तेही गजबजलेल्या रस्त्यावर.

तिला पाहायला गेलो तेव्हा ते घर, ती वस्ती मुळीच नव्हती आवडली. मुलगी बघायला वर मानच होत नव्हती. पण जेव्हा पाहिलं, तेव्हा मुलगी एकदम आवडली. ते तिचं असणं तेव्हापासून तो अनुभवत आलाय, ती अण्णांनाही आवडली. आईची मात्र नाराजी होती. तिच्या वडिलांनी तिला गाणं म्हणून दाखवायला सांगितलं, तर तिनं अगदी नाही म्हटलं. मग लग्न झाल्यावर तिनं स्पष्टीकरण दिलं, की तिनं गाणं म्हणण्यासारखा समोरचा माणूस आहे की नाही हे कळल्याशिवाय गाणं म्हणायचं कसं?...

दुसरा अल्बम हा जयच्या अगदी लहानपणचा. हा त्याच्या नाटकांचा. पंधरा ऑगस्टला त्यानं एक संगीतिका केली त्याचा. जय बी.कॉम. झाला त्या वेळचा हा... त्या वेळी देवीनं त्याला व्हायोलिन घेऊन दिलं. त्यानंतर त्याचे फोटो कमीच झाले, आता जयचा एकही फोटो नाही... हे अण्णा-आई... हे आपण. इंजिनियर होऊन आलेलो. किती कोवळा चेहरा दिसतो! त्या वेळी वेगळं काही करायचं होतं. समोर अफाट क्षितिज होतं, अण्णांच्या फॅक्टरीत शिरायचं नव्हतं. त्यांची आयर्न आणि स्टीलची फॅक्टरी. तयार तरुण बुद्धीला अण्णांनी केलेल्या किती तरी चुका जाणवल्या. जुन्या पद्धती बोचल्या; पण त्यानं अण्णांची धुरा नकळत पेलली. नंतर सारं स्वत:च्या मनाप्रमाणे विस्तारत नेलं; पण सुरुवातीला खुणावणारं क्षितिज नंतर पुसटसं ओळखीचंही राहिलं नाही. कधी तरी थोडं अस्वस्थ वाटून जातं... त्यानं अल्बम मिटला. तो झोपायला आला. देवी पालथी झोपली होती. अर्ध आडवं अंथरुण व्यापून. तिला न सरकवता तो उरलेल्या जागेत झोपला.

देवीच्या खोलीत कागदाचे बोळे करून टेबलाखाली सरकवलेले. ती आंघोळीला गेली असावी. बराच वेळची बाथरूम बंद आहे म्हणून शशीला वाटले. तो काही शोधत होता... तो काही कागदाची भेंडोळी, कालच जनानं झाडताना विचारलं, की फेकायची का म्हणून. अजुनी तिथंच होती. सहजच निर्हेतुक कुतूहलानं त्यानं एक कागद उचलला. चुरगाळलेला. तो सरळ केला. प्रिय ही सुरुवात दिसली.. जयला लिहिलेलं पत्र दिसतं. आता निर्हेतुक राहता आलं नाही. देवी अद्यापही बाथरुमध्येच. बंद दाराकडे नजर टाकून तो घाईनं वाचायला लागला...

प्रिय...

पहाटेच जाग आली. डोळ्यांत तरीही झोप दाटून होती. कुणी काही पंतोजी नव्हते मागे लागले उठ म्हणून; पण मी लहानपणी उठायची तसंच स्वत:ला उठवलं, तर लक्षात आलं, खूप काही पहाट नव्हती. साडेपाच होऊन गेलेले आणि सहा व्हायचे असलेले. पण थंडीतली पहाट. मग मी स्वत:ला सवय लावून घेतली त्या दोरीवरच्या उड्या.. आता वीसनंतर पाय वळून येतात. पोटऱ्या जाणवायला

लागतात आणि सगळ्यांनी उड्या मारायचं केव्हाच सोडून दिलेलं. मग मीच का? म्हणून थांबेस्तवर पाच सात उड्या होतातच. पुन्हा धबधब आवाजानं शशीची झोपमोड व्हायची भीती... थंडी आता छान पडते. शाल, स्वेटरनी फिरायला छान उबदार वाटते. मी फिरताना रस्ता बदलते. युनिव्हर्सिटीकडून नाही तर लक्ष्मीनारायण इन्स्टिट्यूटकडे, कधी सिव्हिल लाइनवरून हायकोर्टाकडे. नाही तर वसंतराव देशपांडे हॉलचा रस्ता आहेच आपला. हायकोर्टकडे जाताना एक चहाची टपरी लागते. त्याचा चहा काही बाबुलालच्या तोडीचा नाही. सकाळी काय, पहाटेपासून स्टोव्हच्या भकभकीत जागी राहिलेली ती टपरी बघते. तेव्हा नवं काही करून पाहण्याची आपली शक्ती क्षीण झाली आहे याची लाजच वाटते. एखाद्या मूलस्रोतासारखी ती लगबग जाणवते. एक गंमत आहे. हा चहा प्रथम तयार होतो तेव्हा मिट्टू (हे मीच ठेवलेले त्याचं नाव) दोन कप चहा रस्त्यावर टाकतो रोज... माझ्यासमोरच टाकला एकदा, तेव्हा मी थबकून विचारलं, तर म्हणे, "ये हमारा भगवान है। जनता... वो ये रास्ते पे चलती है... तो ही हमारी टपरी खुलती है..." मला ते आवडलं. आपण आपल्यातलं... काय देऊ शकतो सुरुवातीलाच लोकांना...!

इथं कागदाला खूप मोड पडली होती. तेवढा भाग सोडून देऊनही शशीला वाचावंसं वाटलं.

हनुमान मंदिराकडे जाणाऱ्या रस्त्यावर दाट झाडं आहेत. रहदारी सुरू व्हायच्या आधी गेलं, तर ती चक्क बोलतातसुद्धा आपल्याशी. ती वेळ टळली, की ती मौन होतात. खूप दिवसांत आम्ही मिळून फिरायला नाही गेलो. शशी फिरायला नाही जात. तो किलोमीटर चालतो, नाही तर कॅलरीज जाळतो. तो फ्रेश एअर घेतो. दूषित सोडतो; पण पुष्कळ दिवस झाले. याबद्दल त्याला चिडवताही आलं नाही.

इथं तारीख बदललेली. संदर्भही बदललेला.

वसंतराव देशपांडे हॉलमध्ये मोहन राकेशच्या 'आषाढ का एक दिन'चा प्रयोग झाला. फार सुंदर झाला. कितीदा तरी वाचलेल्या त्या नाटकाचा प्रयोग या वेळी बघताना एक वेगळंच जाणवलं. कालिदास आणि मल्लिकेचं परस्पर नातं हे माणसाच्या आत आत असलेल्या आंतरखुणेसारखं. ही खूण फक्त आपली आपल्यालाच पटते. ती इतरांकरता मुळी नसतेच. ती खूण म्हणजे आपण आणि आपलं श्रेयस यातल्या असंख्य पाऊलवाटांतली एक. किती दूरवरून येणाऱ्या उजेडाच्या कणांवर आपण निर्भर राहतो.

मग पुन्हा तारीख व संदर्भ बदललेला.

भर रस्त्यावरल्या कॅलिफोर्नियाच्या त्या सिमेट्रीतले ते अक्षय हिरवेगार डेरेदार वृक्ष. त्या कुंपणाबाहेरचे वृक्ष तर थंडीनं ओरबाडून टाकलेले. पण आतले मात्र... एकदा नंदिनीनंच सांगितलं की, आत तसले वृक्ष हे मुद्दाम लावलेले असतात.

हेतूपूर्वक. हा निरंतर हिरवा स्पर्श म्हणून. मग थोडा विरस झाला, की ते सगळं सुनियोजितच होतं म्हणून. शेवटी काय! असणारही जरी सगळंच सुनिश्चित, नियोजित, तरी ते आपल्याला न कळण्यातच सगळी गंमत नं!

देवी मागे येऊन म्हणाली, ''काय वाचतोस!'' तेव्हा तो जरा गडबडला.

''तू तू जयला लिहिलेलं पत्र टाकलं नाहीयेस?''

''टाकलं नं?'' ती हसून म्हणाली.

''मग हे...''

''या नुसत्या रेघोट्या. पत्र टाकलं ना.''

शशी फॅक्टरीत जायच्या तयारीत असताना देवी म्हणाली, ''संध्याकाळी जरा वेळ काढता आला तर बघ, शाळेचा रजत महोत्सव, आमचं गॅदरिंग आहे.''

मोजे घालता घालता शशी थांबला, त्यानं आश्चर्यानं तिच्याकडे पाहिले.

''मी एक संगीतिका बसवली आहे, मूळ कल्पना जयची आहे. एक सटायर... पार्श्वसंगीतही त्याचं आहे. म्हणून म्हणते.''

तो आधी बोलला नाही. मग म्हणाला, ''आज फॅक्टरीत जरा टेन्शन आहे, स्ट्राइकची शक्यता. घरी यायलाच उशीर होईल. व्हिडिओ शूटिंग कर.''

''हो, पण... मिहीर नाही बघू शकणार एक दिवस...'' ती आपल्यातच असल्यासारखी म्हणाली, शशीनं जरा रोखून पाहिलं. त्याची फॅक्टरी, तिथले तणाव यांच्याशी तिचं काहीच देणंघेणं नसल्यासारखी ती... मग त्यानं गाडी काढली, तेव्हा ती बाहेर येऊन म्हणाली,

''काळजी घे, फोन कर मध्ये. मी दोन वाजेपर्यंत घरीच आहे.'' त्यानं काच वर केली. ती काय म्हणत होती ते पुरतं ऐकूनही न घेता गाडी फॅक्टरीच्या दिशेनं धावू लागली.

एक जुनी आठवण अशा तणावाच्या वेळी डोकं वर काढते. त्या लहान गावी फॅक्टरीत वडील होते. प्रॉडक्शन साइडला मॅनेजर. तिथल्या राजकारणात अंतर्गत तणाव धुमसून धुमसून पेटलाच. सी.ई.ओ.ला मजुरांच्या संतप्त जमावानं ठेचून ठेचून मारलं. एक दिवस रातोरात वडील, आई, ऊर्मिला आणि त्याला घेऊन टॅक्सीतून पळाले. शहरात आले. सामानाचा भरलेला त्यांचा ट्रकही चिडलेल्या जमावानं जाळला. फॅक्टरी प्रिमायसेसच्या बाहेरच पडू दिला नाही. वडिलांनी हळूहळू सगळं उभं केलं. स्वत:ची फॅक्टरी. पण समूहाला पाठ फिरवलेलं त्यांचं ते भ्याड रूप! ते पळून गेले नसते तर वेगळं काही होतं. त्यांना मारलं तर नक्कीच नसतं. पळून जाणं हा कधीही पर्याय असू शकत नाही. शशीला वाटलं.

शशी पेपर चाळता चाळता थबकलाच. शाळेचा अगदी रजत महोत्सवही

असला, तरी त्यातल्या एखाद्या आयटेमबद्दल जेव्हा पेपरमध्ये असं सविस्तर लिहून येतं तेव्हा इटस रियली वर्थ. प्रमुख पाहुणे नावाजलेले होते. त्यांचं भाषण थोडं देऊन मग सगळं हेच देवयानीनं बसविलेल्या संगीतिकेबद्दल. तिनंच ते मुद्दाम लिहायला लावलं असेल असं तर होणारच नाही. त्यानं आवाज दिला, देवी- देवयानी. ती सकाळच्या गडबडीत. तिचं गुणगुणणं ऐकू येत होतं. 'काय आहे!'

तिनं आतूनच विचारलं.

"तुमच्या गॅदरिंगबद्दल आहे. तू तुझ्या..." हो! म्हणत ती गाऊनला हात पुसतच आली. 'बघू' म्हणत पेपर घेतला. मग तिच्या नेहमीच्या सवयीनं तो तसाच्या तसा खाली टाकला. शशी नेहमी तिला याबद्दल टोकतो, की पेपर साधा घडी करून ठेवत नाही म्हणून; पण आज तो काही बोलला नाही.

"हे जरा जास्तच लिहिलं आहे. चांगलं झालं. पण इतकं असं नाही. माझ्या नि जयच्या मनातलं सगळंच उतरू शकत नाही. कुठं मीच कमी पडले, तर कुठं मुलंही. म्हणजे एकूण रसायनच हवं तसं नव्हतं; पण ओव्हरऑल इट वॉज गुड..." शशीनं तिच्याकडे आश्चर्यानं पाहिलं. त्याचा प्रश्नार्थक आणि कधी नव्हे तो काहीसा भाबडा चेहरा पाहून तिला गंमत वाटली.

"अरे, प्रत्येक गोष्ट स्वतंत्रपणे ठीक होती आपल्या जागी; पण सर्वांचं मिळून जे एकजीव रसायन व्हायला हवं ते मात्र...."

"कदाचित शाळेच्या मुलांच्या लेव्हलची ती गोष्ट नसेलही."

"नाही हं शशी! मी फर्स्ट इयरला असताना हे केलं आहे, मी आणि अंजलीनं. किती फरक होता असा! पण तेव्हा सगळं इतकं जमून आलं होतं! कदाचित आमच्या आयडियाजही इतक्या पुढे पोचल्या नसतील त्या वेळी. म्हणूनही; पण यापेक्षा आम्ही पुष्कळ पुढे होतो मात्र..." आणि मग ती एकदम हसली.

"अरे किती निरागसपणे आणि माझ्याबद्दलच्या विश्वासानं विचारतो आहेस शशी! या सकाळच्या वेळी तुझा पेपर पुरता वाचायचं सोडून! फॅक्टरीत एवढी टेन्शन्स... तुझे पांढरे व्हायला लागलेले केस मस्त चमकताहेत. सकाळचं ऊन टेबलावर आलंय. पुढ्यातला चहा गार होतोय. पुन्हा अशी वेळ जमून नाही येणार बाबा..." ती उभी होती ती खुर्चीवर बसून खो खो हसायला लागली.

फॅक्टरीला सोमवारची आठवडी सुट्टी होती आणि देवीच्या शाळेलाही कसलीशी सुट्टी म्हणून बऱ्याच दिवसांची अस्ताव्यस्त खोली आवरावी म्हणून देवीनं सुरुवात केली तर काय काय सापडलं जुनं जुनं. तळघरातून उगवावं तसं. मग आवरायचं सोडून त्या पसाऱ्यातच ती रमून गेली. एक पुडकं उलटं केलं तर त्यात शशीची लॉटरीची तिकिटं निघाली. तिला फिस्सकन हसू आलं. आपण ही जमा तरी कशाला

केली? अजूनही ती जमतातच... शशीचं ते एक फॅड असतंच.

"मामा उठले नाहीत अजून?" खोलीच्या दाराशी मिहीर उभा होता. काल रात्री त्यानंच शशीला सोडलं. पार्टीत ड्रिंक्स जास्त झालं की शशी रात्रीची गाडी चालवत नाही. देवीनं तसं मिहीरला सांगूनच ठेवलं आहे. बरीच रात्र झाली म्हणून मग मिहीर गाडी घेऊन गेला होता. ती जागी नव्हती. नाही तर तिनं त्याला इथंच झोपायला लावलं असतं. असं काही शशीच्या लक्षात राहतच नाही. त्याला ते सुचतही नाही आणि वाटलं तरी तो ते मिहीरला म्हणत नाही. मिहीरमध्ये नि स्वत:त त्यानं एक अंतरच ठेवलं आहे. कधी काही त्यावेगळं समोर आलंच तर मग त्याला संकोचच वाटतो. स्वत:चंच बंधन पडतं. मग मिहिरशी बोलण्यात, वागण्यात एक प्रकारची कृत्रिमता येते. आता तर तो तसल्या काही मुद्दाम वेगळं वागण्याच्या फंदातच पडत नाही.

"उठेल शशी. थांब तू." म्हणत देवी उठली.

"मी गाडी आणली आहे. किल्ल्या..."

"आलाच आहेस तर जेवूनच जा. किती दिवसांत आलास तू!"

"नेहमीच तर येतो मी!"

"ते कामानं रे. जय असताना तू जसा येत होतास तसं.." तो अद्याप उभाच पाहून म्हणाली.

"अरे चांगला बस ना! हे काय शिक्षा केल्यासारखं!" मिहिर खोलीतला पसारा पाहून बसण्याची जागा शोधतोय हे पाहून मग ती म्हणाली,

"चल, आपण तिकडे बसून चहा घेऊ."

"नको मामी."

"नको काय! जेवायला थांब तू. मलाही सुट्टीच आहे. वांग्याचं भरीत करते. मिसळीच्या पिठाच्या भाकरीशी." मग त्याला चहा देऊन ती मागच्या बाजूच्या झोपाळ्यावर बसली. मिहिर उभाच होता तर त्याला हात धरून बसवलं. हलकासा झोका काढला.

"थंडी संपेल आता. मला थंडी फार आवडते. जयलासुद्धा..." ती म्हणाली.

"हो. थंडी चांगली असते. भाज्या-फळं चांगली मिळतात."

भाज्या-फळं! ती तिच्या नेहमीच्या मिस्किलपणानं हसली, "तुझ्या मामानं हात ठेवला का तुझ्या डोक्यावर? प्रत्येक गोष्ट अशी उपयुक्ततेच्या संदर्भात बघणार ते! आवडते, आनंद होतो म्हणून नाही..." मिहिरही हसला.

"पण मामी, तुम्ही खेड्यात गेलात तर थंडीची मजा जास्त येते. भाज्यांपासूनच सुरुवात होते, जय आणि मी कितीदा गेलो नाही तुमच्या शेतीवर!" मग तो झोका पायानं थांबवत म्हणाला,

"तीन वर्षं होत आली जयला जाऊन, नाही?"

"हो."

"आता आला तरी फारसा थांबतही नाही. मला तर तो टाळतोच." मिहिर म्हणाला.

"तसं नाही रे. खरं तर त्याला टाळायचं असतं ते शशीला. तुला नाही. आणि तुझ्या मामावेगळा असा तू त्याला कधी सापडतच नाहीस."

"पण..." मिहिर काही म्हणत होता. तो शशीचा आवाज आला. देवीनं आवाज दिला.

"इकडे ये मागे... " शशीला पाहून मिहिर झोपाळ्यावरून उठलाच.

"मी इथंच चहा आणते. तू घेशील नं मिहिर!"

देवी आत गेल्यावर मिहिरनं शशीला किल्ल्या दिल्या. फॅक्टरीत दुपारी जाणार हे सांगितलं. काही काम होतं. थोडा वेळ दोघं कामाचं काही बोलले. मग शशी म्हणाला,

"ठीक आहे. जा तू. चहा घेतला?"

"हो." तो म्हणाला आणि गेलाही. देवी चहा घेऊन आली. शशीला कप देऊन तिनं मिहिरला आवाज दिला.

"मिहिर गेला." पेपरमध्ये डोकं खुपसून शशी म्हणाला.

"गेला?" ती आश्चर्यानं म्हणाली, "तो जेवायला थांबणार होता."

"अरे! बोलला नाही. चहा घेतला का म्हटलं तर घेतला होता. गाडीच्या किल्ल्या ठेवल्या आणि गेला." त्याचं स्पष्टीकरण साधं सरळ होतं.

"माझी कायनॅटिक तरी न्यायची होती... काय हे!" तिनं रागानं शशीकडे पाहिलं.

"पण जेवायला थांबायचं ठरलं होतं, तर गेला कसा!" शशीनं स्वत:ला सोडवून घेतलं.

देवी आसपास नव्हती तर तिनंच उघडी टाकलेली तिची डायरी शशीनं हळूच वाचून पाहिली. तसं लपवण्याजोगं त्यात काही नव्हतंही. जे लिहिलं होतं ते त्याच्याकरता अंशानंही नव्हतं. पण तरीही ते वाचावं वाटत होतं. तेही तिच्या अपरोक्ष. तिला कळू न देता. ती डायरी वाचण्याची त्याला एक चटकच लागली होती यापेक्षा तिला म्हटलं तर तीच होऊन म्हणेल, 'घे वाच.' पण तसं नको होतं. तिची चाहूल लागली. तो त्यानं डायरी मिटली. ती बाहेर जनाशी बोलतेय कळल्यावर पुन्हा उघडली. आजची तारीख शोधली. ते पान कोरं होतं. कालच्या पानावर एकच ओळ होती.

याचा स्पर्श तुला का कधी होत नाही!

त्यानं पान मागे पलटवलं.

प्रिय, हे पत्र की... त्याला वाटलं.

ऋतू बदलतो आहे. ऋतूतले सगळे बारीक सारीक बदल आपल्याकरता होतात असं समजण्याइतकी मी दुधखुळी नाही राहिलेले. पण त्यातलं महत्त्वाचं असं काही आपल्याकरता असतंच. ऋतूचे सांधे बदलताना मला सारखी जाणीव होत राहते ती ही, की सगळ्याचं चक्र पुन्हा त्या तिथंच येऊन मिळायचं असतं; पण मुळात हे सगळं वर्तुळाकार गतीनंच चाललेलं आहे, असतं हे तरी निश्चित का? बाबूलालची टपरी आता शाळेसमोरून हलणार आहे. माझ्या संबंधीही खूप तक्रारी आहेत. खरं म्हणजे माझी, माझ्यासारखीची आता शाळेला गरज नाही. इथं आम्ही मिसफिट. मी, वेदपाठक सर, अंजू, बाबुलाल आम्ही सगळेच. आम्ही सुरू करून देण्यापुरतेच होतो.

देवीची चाहूल लागली, तिचं गुणगुणणं ऐकू आलं. त्यानं डायरी मिटून टाकली. घाईघाईत ती खाली पडली. मग टेबल लॅम्पही. बल्ब फुटला. देवी धावत आली.

"काय झालं?"

"माहीत नाही. माझा धक्का लागला बहुधा!" शशी तिच्याकडे न पाहता म्हणाला.

शशी घरी आला तेव्हा एकदम जाणवलं. देवी घरी नाहीये. ती गावातच अंजलीकडे गेली आहे. उशीरा गेली ती म्हणून रात्री परतणार नाही. आज मात्र संध्याकाळच्या वेळी एवढ्या मोठ्या घरात अगदी सन्नाटा होता. तिचं गुणगुणणं सतत सुरू असतं. कामाच्या वेळी त्याचा त्रासच होतो. आता वाटलं, की वर्षानुवर्षं एखादी वस्तू घराच्या कोपऱ्यात आपली पडून असावी, पण ती तिथून हलवली की मात्र ती जागा रिकामी वाटावी तसं तिचं गुणगुणणं होतं. जनानं करून दिलेला चहा घेतला. उगाचच घरभर फिरला, उगाचच फोन केले एक दोन... मग मागच्या बाजूला आला... वरच्या पिवळसर सौम्य उजेडाच्या पट्ट्यात दोन चिमुकले पक्षी येऊन बसलेले दिसले. वेगळाच रंग होता. पक्ष्यांचा असतो तसा करडा आणि मधूनच कबुतरी झाक, जरा निरखून पाहिलं तर ती झाक म्हणजे चक्क ठिपके होते. त्याच्या एकदम लक्षात आलं, की हे असं बघणं हे चक्क देवीचं आहे. It is borrowed. तो स्वत:शीच हसला. वर्षानुवर्षं ती त्याच्याकरता इथं आहेच. खडकावर संतत धार पडावी तसं तिचं एकेक सुरू असतंच... थोडा वेळ बसून ते पक्षी उडाले, तेव्हा वाटलं की ती कदाचित जोडी असेल. ते आता उडून झाडाच्या फांदीत लपले

गेले. पानांच्या काळपट हिरव्या रंगानं तो करडा रंग वेगळा ओळखू येईना. मग दिसलं, की पक्षी एकच आहे इथं. दुसरा उडून गेलाय... जनाला त्यानं सांगितलं, की त्याचा स्वैपाक करू नको, तो बाहेरच जेवेल. जना आवारातल्याच आऊट हाऊसमध्ये गेली. शशी रात्री अकराला परतला. डोकं जड होतं. जास्त झाली का? एकटं असलं की जास्त घेतली जाते. एकही दिवा लावून ठेवलेला नाही. देवी ठेवते तसा. फाटक लावून घेताना जनाच्या नवऱ्यानं सांगितलं, की तो गेला आणि छोटे साहेब आले.

"कोण जय?"

"हो. जनानं जेवायला विचारलं, नाही म्हणाले," शशी घाईनं आत गेला. "बाईंच्या खोलीत झोपले. उठवू नको म्हणाले." त्यानं सांगितलं.

शशीनं दिवा लावला. देवीच्या खोलीचं दार लोटलं होतं. ते ढकललं. देवीच्या अरुंद कॉटवर जय देवीसारखाच पालथा झोपलेला होता. त्याचे पाय बाहेरच होते. एक हॅण्डबॅग, एक शबनम उघडी पडलेली. प्लेटमध्ये चिकनचे चोखून ठेवलेले तुकडे. स्कॉचची कलंडलेली बाटली, शेव सांडलेली... देवीच्या त्या लहानशा खोलीत एक चमत्कारिक दर्प भरून होता. मध्येच त्याचं व्हायोलिन पसरलेलं. उघडं. शशीची नशा तर खाडकन उतरलीच, अनेक महिन्यांनी धूमकेतूसारखं उगवलेल्या मुलाची त्याला अतोनात चीड आली. देवीची ती छोटी खोली. त्यातलं तिचं राज्य, त्यातला तिचा स्वत:चा पसारा त्या सगळ्यांची जयनं दाणादाण करून टाकली होती. कॅसेट, पुस्तकं सारं विखरून टाकलेलं. तिची हार्मोनियम ती कधीही उघडी टाकत नव्हती. तीही. मातीचा एक घोडा बनवून तिनं तो इतका हुबेहूब रंगवला होता, की क्षणभर वाटलं त्याला, की लक्ष देऊन पाहिला तर त्याची फुरफूरसुद्धा ऐकू येईल. हा घोडा बनवताना शशीनं तिला पाहिलं आहे. गुणगुणत तिनं तासन्तास घालवले आहेत. हा कशाला नसता उद्योग! म्हणून विचारलं तर हसून म्हणाली, असंच आपलं... तो घोडाही त्याच्या जागेवरून जयनं हटवला होता. तेवढा शशीनं उचलून जागेवर ठेवला. हार्मोनियम बंद केली. खोक्यात ठेवली. त्याला एकदमच राग आला. पसरलेल्या आपल्या मुलाकडे त्यानं कमालीच्या तिरस्कारानं पाहिलं. नसेल देवी स्वत: तिथे, पण म्हणून जयला तिच्या वस्तू अशा दाणादाण करायचा काही अधिकार नव्हता.

सकाळी नऊ वाजले तरी जय उठला नव्हता. फॅक्टरीत त्याला भेटल्याशिवाय जाऊ नये म्हणून शशी त्याला उठवायला गेला, तर खोली कालच्यापेक्षाही विचित्र वाटली. विचित्र पारोश्या रंगाची कळा खोलीला चढली होती. जनाला त्याला उठवायला सांगून तो त्याची वाट पाहू लागला. जनानं जयला आवडतात म्हणून मुद्दाम कोबी परोठे केले होते.

“केव्हा आलास?” शशीनं आवाजात रुक्षपणा येऊ नये याची काळजी घेतली.

“काल तुम्ही गेला तेव्हाच...”

“सेल फोनवर फोन करायचा.”

“नंबर मी लक्षात ठेवला नाही.” लक्षात राहिला नाही हे म्हणता आलं असतं असं शशीला वाटलं. जय समोर उभा राहिला त्याच्यापेक्षाही उंच, काहीसा धिप्पाडच. पारोसे, शिळे भाव चेहऱ्यावर तसेच. “मी थांबतो, तू तयार हो. हवं तर फॅक्टरीत चल आणि हो, देवीची खोली अस्ताव्यस्त केलीस ती आवरून ठेव.”

“जना...”

“जना नाही, तूच कर. जनाला काही समजणार नाही.” आपल्या आवाजात रुक्षपणा येऊ नये याची काळजी घेणं जमलं नाही.

“अंजली मावशीचा फोन नंबर.”

“डायरीत आहे, पण देवी येईलच सकाळी.” शशी परोठा खायला लागला, जयनं फक्त चहा घेतला.

“घे नं.” शशी आता सौम्यच झाला. देवी नव्हती आणि तिनंच सतत संभाळत नेलेली ही बाजू अशी उलटी पालटी करण्याचा अधिकार स्वत:ला नाही असंच शशीला वाटलं. म्हणून मग स्वत:ला ताब्यात ठेवून तो संयमानं म्हणाला.

“मी फक्त चहाच घेईन.” जय शशीकडे न पाहता म्हणाला. खाऊन झाल्यावर शशी मुद्दाम म्हणाला,

“मीही चहा घेतो आज तुझ्याबरोबर.” पण जय काहीच बोलला नाही.

“तुझं काय सुरू आहे?” शशीनं बेताबेतानंच विचारलं.

“काही नाही.” तो कोरड्या रुक्ष स्वरात म्हणाला, शशीच्या पलीकडे भिंतीवर उन्हाचे कवडसे पडले होते. तिकडे पाहत.

“काही कसं नाही! काही करण्याकरताच तू इथून गेलास.”

“तुम्हाला सांगण्यासारखं काही नाही.”

“मला कशाला, स्वत:लाच सांगता येईल असं काय करतोस?” शशीचा स्वर न कळत करडा झाला.

“नथिंग, नथिंग पर्टिक्युलर.”

“तुझ्या या असल्या वागण्याचा देवीला, तुझ्या आईला किती त्रास होत असेल.”

“आईला?” जय म्हणाला, त्याचे डोळे मृदु झाले. त्यातली ती बेफिकीर अरेरावी जणू पुसलीच गेली.

“आय डोन्ट थिंक सो... तिनं मला तसं सांगितलं असतं.” तो म्हणाला आणि तिथून गेला. दोघांत हा विषय निदान या तऱ्हेनं तरी यायला नको होता.. शशीला

वाटलं.

फॅक्टरीत मिहिर म्हणाला, की तो आज जरा लवकर जाईल. जय आला आहे...

"तुला कसं कळलं?" शशीनं विचारलं.

"त्याचा फोन आला होता नं."

"तुला!" शशी म्हणाला.

"हो."

"देवी आली की नाही..."

"मामी आल्या आहेत, बोलल्या माझ्याशी." मिहिर जायला लागला तेव्हा शशीनं थांबवलं.

"मिहिर."

मिहिर थांबला.

"हे पाहा, तू आणि जय बरोबरीचे, तुम्ही पूर्वी बरेच एकत्रही होता. तू पाहा जरा त्याच्या मनात काय आहे! आय डोन्ट नो. हे सगळं त्याला कुठं नेईल. अजूनही वेळ गेलेली नाही. जमलं तर मन वळवून पाहा..." मिहिरने चकित होऊन त्याच्या मामांकडे पाहिलं. दोघांमध्ये नातं होतं ते बॉस आणि कर्मचारी असंच. साधं मामा-भाच्यांचंही नव्हतं. आणि आज मामा कसा एक पायरी खाली उतरून... अचानक मिहिर काही बोलू शकला नाही. तेव्हा शशी म्हणाला, "पण तू त्याला नसशील सांगू शकत, तर मी हे असं म्हणालो, हेही बोलू नकोस." शशीचा स्वर आता नेहमीसारखा करडा रुक्ष होता.

...शशी आला तेव्हा फाटकाशीच जयचं व्हायोलिन ऐकू आलं. ते त्याला ऐकावंसं वाटलं. देवी डायरीत काहीतरी लिहीत होती, त्याच्याशी जुळणारे ते स्वर वाटले. त्यात एक झेप होती. ही कॉलेजमध्ये असताना आपल्याही ओळखीची होती कदाचित, शशीला वाटलं. आत मिहिर होता. शशीला दाराशी उभं पाहिलं आणि जय थांबला.

अरे, का थांबलास! वाजव... शशीला म्हणायचं होतं; पण त्यानं म्हटलं नाही. जयनंही व्हायोलिन ठेवून दिलं. देवी... म्हणत शशी तिथून सटकलाच. जयनं व्हायोलिन ठेवून दिलं.

"तू तर अगदी बाबांसारखाच चमकतो आहेस मिहिर. बाबांचा उजवा हात.. सक्सेसफुल्ल पर्सन..." जय म्हणाला.

" मामांचा उजवा हात कुणी होऊ शकतं का?"

"राइट राइट... पण तू वेगळाच झालास..."

"काही मजा नाही जय. सगळं सेट झालेलं आहे. वर्षानुवर्षं. नो चॉईस.

स्टिरिओटाइप, साचे पडत चाललेत. कसली आव्हानं नाहीत, कधी कळतसुद्धा नाही माझी बाजू कोणती? मॅनेजमेंटची की वर्कर्सची? युनियनबाजीही असतेच. कुणातरी जवळ हुकमाचा एक्का असतोच. मला कंटाळा आला आहे खरं आहे...''

जय म्हणाला, ''हे मामांना सांगून पाहा.''

''मामांना कशाला स्वत:ला तरी स्पष्ट सांगता आलं पाहिजे. माझं जाऊ दे. तुझं बोलं.''

''माझं काय! तेच. संधीची वाट पाहतोय. इथं फक्त मेरिट महत्त्वाचं नाही मिहिर. आपल्या मस्तकातल्या तुफानाचे वाटेकरी होणारं, कुणीतरी कदरदार... ही गोष्ट तुमच्या पोट भरण्याची असू शकते का? इथं नो वन कॅन वेट फॉर यू.''

''परत यावंसं वाटतं?''

''नॉट ॲट ऑल. पण आय ॲम कनफ्युज्ड.''

''मामीशी बोल तू मोकळेपणानं.''

''आई!'' जयचा चेहरा बदलला. चेहऱ्यावरचे भाव बदलले.

''तेवढी हिंमत नाही. मी फक्त तिलाच भितो..''

''भितो का म्हणून?''

''माहीत नाही, पण आईनं मला केवढं स्वातंत्र्य देऊन ठेवलं! केवढा अवकाश मोकळा करून दिला. काही लादलं नाही. कशाची अपेक्षा नाही. मला काय हवं आहे, हे तिला कळलं. माझी तडफड तिला समजते. म्हणून माझ्या अडचणी घेऊन तिच्याजवळ मला जायचे नाही. त्या फक्त माझ्याकरताच असतील.''

''पण...''

''तुला नाही कळणार, तू तुझ्या मामांच्या शिस्तीत स्वत:ला फिट करून टाकलं आहेस.''

रात्र बरीच झाली होती, तरी जयचे व्हायोलिन सुरू होते. देवीची नि त्याची एक मैफलच जमली होती. मिहिरही उगाचच तिथे थांबला. पेंगत कसाबसा जागा राहत. शशी दारात येऊन उभा राहिला. दोघांचेही लक्ष नव्हते. दोघे मध्येच थांबून बोलत होते. जय गाऊनही दाखवत होता. मध्येच व्हायोलिन... मध्येच गुणगुणणं. देवीच्या पापणीखाली एक टपोरा अश्रू येऊन थांबलेला शशीने पाहिला. पाय न वाजवता तो तिथून बाजूला झाला. अपरात्री केव्हा तरी जाग आली, तर देवी बाजूला झोपली नव्हती. शशीनं उठून पाहिलं, तर मिहिर कोचावर झोपला होता. खाली गालिचावर चादर पांघरून जय आणि देवी गाढ झोपलेले... देवीच्या दंडावर लहानपणी ठेवायचा, तसे जयचे डोके...

...देवीने आज सुट्टीच घेतली होती. जयला कपडे घेऊन दिले. घड्याळ मनगटाला नव्हते, ते घेऊन दिले. बोळा करून आणलेले सर्व कपडे धुऊन, इस्त्री

करवून आणले. दिवसभर जय रशीदखानचा 'देस' घेऊन बसला होता. त्याच्या काही जागा पुन्हा पुन्हा घेऊन पाहत होता. शेवटी जमले तेव्हा व्हायोलिन बाजूला ठेवून देवीच्या गळ्यात हात टाकले. तिच्या खांद्यावर डोकं घुसळून म्हणाला,

"जमत नव्हतं, तर अस्वस्थ वाटत होतं. वाटलं या माणसाच्या मागे जावं. फकीर होऊन, त्या देसच्या एकेक जागेसाठी.''

"हो न बघत होते मी. मीही अशीच होते लहानपणी. एकेका जागेसाठी अशीच वेडी व्हायची.'

"तुमचं काय! तुम्ही जे जे ठरवलं, पाहिलं, तसं होऊ शकलं.''

"तुम्ही म्हणजे?''

"तू. बाबा.''

"मला नाही वाटत. पुष्कळ वेगळ्या गोष्टी आम्ही पाहिल्या. वेगळ्यावेगळ्याच झालेल्या अनुभवल्या.''

"बाबासुद्धा?''

"हो शशीसुद्धा.''

"मला नाही वाटत.''

"तुझ्या बाबांबद्दल काही वाटून घ्यायला तू त्यांना ओळखतोस तरी कुठे पुरता, जय!''

"बाबांचं जाऊ दे; पण तुला तर हवं तसं जगून पाहता आलं आहे!'' देवी स्तब्ध झाली. ती संध्याकाळच्या लाल-जांभळ्या प्रकाशाकडे पाहत म्हणाली,

"सामान्याहूनही खालची परिस्थिती होती. दादांना आम्ही दोघीच होतो. आई खूपच पूर्वी गेलेली. त्यातही नंदिनी लवकर लग्न करून बसली. नंतर परदेशात निघून गेली. तशी मीच दादांना एकटी एक असल्यासारखी होते...''

"पण आई मी एकदा तुझ्या शाळेत आलो होतो. आता आता. असाच मुंबईहून आलो. तू घरी नव्हती म्हणून शाळेत आलो. तू शिकवत होती. कुठलीशी कविता. मी वर्गाच्या बाहेरून बघत होतो. शाळेतली इंग्रजी कवितासुद्धा इतकी चांगली शिकवता येते, येऊ शकते; हे तेव्हाच कळलं. ती कविता, तुझा तो वर्ग सगळं खूप एकसंध वाटलं. तेव्हा वाटलं, तुला पाहिजे होतं तिथे तुला पोचता आलं असेल...''

मला काय हवं होतं ते तुला काय माहिती? तिला विचारावंसं वाटलं...

रात्री शशीनं तिला विचारलं मुद्दाम.

"मुलाच्या पाठवणीची तयारी झाली की नाही?''

"पाठवणी?'' शशी तिरकस बोलत होता.

"कपडे, पैसे किती दिवसांची बेगमी करायची आहे?''

"शशी!''

"देवयानी त्याला परत बोलाव. जे प्रयोग करून पाहायचे ते इथं कर म्हणावं. तुझ्या देखरेखीखाली. घराचं छप्पर सुदैवानं आहे. इतकं भणंगासारखं राहून उपयोगाचं नाही. सांग त्याला."

शशीचा आवाज कधी नव्हे, तो चढला होता. देवीच्या लक्षात आलं, जय सगळं ऐकत होता.

दुसऱ्या दिवशी जय गेला. आता देवीत आणि शशीत एक तणाव होता. शशी बोलणं टाळत होता. कामापुरतेही बोलत नव्हता; पण झोपण्यापूर्वी त्याने देवीची डायरी उघडली. कालची तारीख काढली. देवी आज लवकरच झोपली. गुणगुणलीही नाही दिवसभरात. दोघांमध्ये एक नि:शब्द मौन पसरलेले... त्याने झोपलेल्या देवीकडे पाहून तिची डायरी वाचायला घेतली... कालच्या तारखेवर वरचे खालचे पान सोडून मध्येच सरळ ओळीत न लिहिता तिरपे, वाकडेतिकडे लिहिलेले. मजकुराचे वेगवेगळे तुकडे न जोडता एकात एक घुसलेले...

प्रिय... कुठल्याही पहाऱ्यात नवे काही जन्म घेत नाही. असा जन्म होतो ते सारे पहारे चुकवूनच. आत्यंतिक प्रेमाचाही पाश शेवटी चौकटी होऊनच येतो तेव्हा... नुसते घर सोडून उपयोगाचे नाही. जे जे आपले आपले म्हणून अडकवून ठेवले, ते ते सगळे... सुरुवात तर होऊन गेलेलीच असते. मग मागे फिरायचं ते कशाला? आणि मागे मागे तरी कुठवर येता येणार आहे...

आजचे पान कोरे होते. शशीने डायरी मिटली. देवीच्या अपरोक्ष तिची डायरी चोरून वाचतो आहोत, याबद्दल अपराधी वाटले. क्षणभर ते तिचे स्वत:चे अगदी खाजगी जग होते. त्यावर फक्त तिचाच हक्क होता... तो देवी झोपली होती तिच्याजवळ येऊन उभा राहिला. ती गाढ झोपली होती. डोळ्यावरचे आलेले तिचे केस बाजूला करावेसे त्याला वाटले.

देवीला कायनेटिकवरूनच दिसले. बाबूलालच्या टपरीची जागा रिकामी होती. पानठेलाही हटला होता. जवळ येताच त्यावरच्या उद्ध्वस्त खुणा ठळक दिसल्याच. तसे माहीतच होते. रविवारी बाबूलाल घरी येऊन गेला होता. रामनगरला एका चौकात मॅटर्निटी होमसमोर त्याने जागा शोधली होतीच. कुणाचे कशावाचून अडायचे नाही. इतका वेग सगळ्याला आहे, तरी आपापली म्हणून प्रत्येकाची एक जागा असतेच नं! देवीला वाटलं. कायनेटिक तिने स्टँडला लावली. ती जायला लागली, तर कपले मॅडमनी आठवण दिली.

"किल्ली तशीच ठेवली!"

"हो." म्हणत देवी वळली. लॉक केली.

"आजकाल इथूनही चोरी होते. सायकली गेल्या एकदोघांच्या. पानठेला– ती

टपरी. त्यामुळे कसले भलते भलते लोक जमा होत होते.''

देवी त्यांच्याबरोबर एकट्याने चालू लागली आणि चालता चालता थबकून शाळेच्या आवारातल्या त्या मोठ्या वृक्षाकडे पाहून म्हणाली,

''तसं तर मग हे झाडही छाटायलाच हवं! अडचणच होते. केवढी जागा अडवून बसले आहे. पुन्हा सावली पडते फळ्यावर...''

कपले मॅडमनी आश्चर्यानं तिच्याकडे पाहिलं... कॉमनरूममध्ये मधल्या सुटीत ती आली. नंतरचा तास नव्हता. अग्निहोत्री सर आले. तिला म्हणाले, ''संस्कृतची जागा खाली आहे. जोशींचं लग्न आहे नं!'' अग्निहोत्री त्यांच्या बायकोकरता म्हणत होते, हे तिच्या लक्षात आलं.

''जूनमध्ये इंटरव्ह्यू होतील. तोवर ज्युनिअरचे लोक बघतील. बारावीचे मी घेणार आहे. तोपर्यंत...''

अग्निहोत्री गेले. देवीने समोर खिडकीतून पाहिले. आता परीक्षांचा मोसम सुरू होईल. ट्यूशन क्लासेस भरतील आणि दहावी, बारावीचे वर्ग ओस पडतील. तसे ते दिवाळीनंतर ओस पडतात. सगळे किती बदलले! संस्कृतचे, लँग्वेजचे मार्क्स ॲडमिशनला फारसे लागत नाहीत. ते विषय या शर्यतीतून मागे पडले.

एका काठोकाठ तुडुंब भरलेल्या सरोवरात कमळं फुलावीत तशी संस्कृत भाषा. दादा शिकवायचे. मंगलगिरी सर शिकवायचे. तिच्याजवळ संस्कृतची डिग्री नव्हती. पण संस्कृत शिकवता येत होतं. मराठी, इंग्रजी वाचतो, तसं संस्कृत वाचायला दादांनी शिकवलं. त्यांनीच त्या भाषेची गोडी लावली.

ते संस्कृत श्लोक किती सुंदर म्हणत! लयीनं, अर्थपूर्ण वाटायचं. म्हणतानाच ते अर्थाची पाकळी न् पाकळी उलगडून दाखवत देत. अशी इंच इंच लढवत, अर्ध्या अर्ध्या मार्काची बेगमी नाही केली कधी! लहानशा टेक्स्टसाठी अख्खं भांडार धुंडाळायची ओढ लागली. ती ओढ लावणारे एकेक सर... दादाही. लहानपणी जय, नंदिनीचा साहिल रडायला लागला, की त्यांना आंदुळत दादांचे श्लोक सुरू होत. एकदा जयला मांडीवर घेऊन ज्ञानेश्वरी म्हणत होते.

म्हटलं, ''दादा इतक्या लहान मुलांपर्यंत काय पोचत असेल!''

''कंपनं पोचत असतीलच. व्हायब्रेशनची थिअरी सर्वत्र मान्य झाली आहेच.'' दादा म्हणाले, आणि खरंच जय तर दादांची ज्ञानेश्वरी सुरू झाली की रडायचा थांबायचा. हट्टाने जागा राहत असेल, तर हलकेच डोळे मिटायचा... हे तर सगळे मूळस्रोतासारखे होते. त्याच्याशी फटकूनच कसे सगळे पात्र बदलत गेले!

कपले मॅडम म्हणाल्या, ''पिरेड आहे ना तुमचा!''

''हो.'' देवी भानावर आली.

"प्रिय... फिरायला जाताना रामनगरकडून गेले. मुद्दाम जरा फेरा पडला; पण बाबूलालची नवी टपरी बघता आली. जास्त गर्दी होती. शाळेपेक्षा! बाबूलाल तर अगदी फार्मात होता; पण माझ्यासाठी खास कमी गोड चहा स्पेशल म्हणून करून दिला. वर पैसे घेतले नाही. समोसे नाही बनवत आता, म्हणून सांगितलं. त्याच्या टपरीच्या समोरच्या रस्त्यावर मॅटर्निटी होम आहे. तिथेही त्याचा चहा दिवसभर लागतोच म्हणे. बाबूलालला म्हणावंसं वाटलं, की त्याच्या टपरीचा संबंध शेवटी सृजनाशी, नव्या जन्माशी आहेच. शाळाही तशीच असते. खरं तर तिनं तसंच असायलाही पाहिजे; पण शाळातून काही नवं घडण्याची शक्यताच मुळी निपटून टाकण्याची प्रतिज्ञा... बाबूलाल तुला काही समजणार नाही. म्हणून म्हणता येत नाही. आजकाल शाळेतही मन रमत नाही. असं वाटतं की, राजीनामा देऊन घरी बसावं सरळ. केव्हातरी ते करावे लागलेच पण...

शशीनं पान पलटवले. पानाच्या तळाला ओळी होत्या, '... आकाशाचा निळा फिकट रंग आणि त्याच्या पांढऱ्या किनारी ढगांच्या चक्क लहान मुलांच्या दुपट्यासारख्याच वाटल्या. वास घेता आला असता, तर तसाच येता दुपट्यासारखा...' शशीनं डायरी मिटली.

सकाळी ब्रेकफास्ट करताना शशीनं एकदम विचारलं, "तू काय राजीनामा देणार आहेस?" आणि विचारून झाल्यावर तो गडबडला. आपण तिची डायरी वाचली हे... पण देवी म्हणाली, "कोणी सांगितलं?"

"कोण सांगणार! तूच म्हणाली असली पाहिजे..."

"हो म्हणाले असेन," ती इतक्या निरागसपणे म्हणाली, की शशीला तिच्याकडे सरळ बघून बोलता येईना.

"पण घरी राहून काय करणार आहेस? अजून दहा वर्षं आहेत तुला."

"माहीत नाही," ती म्हणाली.

सकाळीच अंजलीचा फोन होता. तिला बोलावलं होतं. शक्यतो लवकर नेहमीसारखं. शनिवारी दुपारी हे चालण्यासारखं नव्हतं. ती अस्वस्थ होती. "केव्हा येतेस? मी दोनलाच येणार आहे. ऑफिसमधून."

"शाळेतून परस्पर येते."

"वाट पाहते." म्हणत अंजलीने फोन बंद केला. तीन वाजता ती ऑटो करून अंजलीकडे पोचली. अंजलीने दार उघडले. या घरी आलं, की वेदपाठक सरांच्या घराचा ते असतानाचाच फील येतो. तेच घर.

"काय झालं गं?" तिने विचारलं.

"बस थोडी. उन्हाची आलीस." अंजलीने लिंबाचे सरबत दिले.

"एवढं तातडीनं..."

"भाईचं पत्र आलं. त्याला हे घर विकायचं आहे. तो येणार आहे त्याकरता. मला सांग, हा तिकडं डॉलर्स कमवतो. या घराची त्याला काही गरज तरी आहे का?"

"पण तो तुला पैसे देईल तुझ्या हिश्श्याचे."

"हॅं, पुन्हा दोन स्थळं पाठवली आहेत. सकाळीच त्यांचा त्यासंबंधी फोन आला. मग माझं डोकंच तडकलं. हा कोण मला स्थळं पाठवणारा. मला नाही असं पाठवलेल्या स्थळाशी लग्न करायचं. मला स्थळाशीच लग्न करायचं नाही. स्थळ म्हणे. माणूस सापडत नाही यांना..."

"भाई मला फ्लॅट देईन म्हणे. बिल्डरशी याचं सगळं फायनल झाल्यावर मला नॉमिनल पत्र लिहितो हा."

"पण अंजली तो तुला वाऱ्यावर सोडत नाही आहे!"

"मला वाऱ्यावर सोडणारा न सोडणारा हा कोण? ते अधिकार मी त्याला दिलेच केव्हा? त्याला काय कुणालाच मी ते कधीच दिले नाही. मला हे घर सोडायचं नाही. इथं माझं संगीत विद्यालय आहे; जुनं मोडकळीला आलेलं, तरी हे घर प्रशस्त आहे. ते मोडून हा मला दोन खणांचा एक फ्लॅट देईल. ते काय भिक्षा म्हणून!"

"केव्हा येतोय भाई?"

"अठ्ठावीस तारखेला. पुढच्या महिन्यात."

"एकटा."

"हो, मला सांग याला काय कमी आहे?"

"मी सांगू? तू पैसे घे. माझ्या घराजवळ एक फ्लॅट बघू, आपण दोघी एकत्र राहू पुन्हा."

"पण देवी, मला हे घर सोडायचं नाही."

"आज ठीक आहे; पण हे जुनं झालं आहे. रिपेअर्स सुरूच असतात. एक दिवस कोसळेल. त्यापेक्षा भाई करतोय ते... त्याला गरज नाही, हे ठीक; पण स्वामित्वाचा एक डंख असतोच अंजली, भाईनी हे घर सरळ तुझ्याकरता ठेवायला हवं होतं."

"तोच डंख मलाही का असू नये? माझं लग्नबिग्न होतं तरी मी या घराकरता भांडले असतेच."

... तेव्हा कदाचित तुझं जग बदललं असतं. तू या परिसरापासून दूरच फेकली गेली असतीस... देवी बोलली नाही. ती जरा शांत झाल्यावर मग म्हणाली, "रात्री थांबते आहेस."

"आज नाही, पुन्हा येईन. हवं तर उशिरानं जाते."

"भाई आला की मी फोन करते तुला."

खाणपिणं झाल्यावर दोघी समोरच्या खोलीत आल्या. तंबोरे, तबले गवसणीत घालून होते. हार्मोनियम होती. वेदपाठक सरांचा फोटो होता. देवीला वाटले, आपल्या मनातले अक्षय गाणे सुरू केले ते या माणसाने. तेही भर गर्दीच्या चौकातल्या त्या फाटक्या सतरंजीवर बसून. त्या म्युनिसिपालटीच्या शाळेत, वास्तू कुठे महत्त्वाची आहे! इथे नाही तिथे! आपल्याला काय राखायचे आहे, हे महत्त्वाचे. ते कळणे हे त्याहूनही महत्त्वाचे.... साडेपाचला गायन शाळा भरली. बिहाग सुरू झाला.

'बाल मु रे' मोठा ख्याल. पूर्ण स्थायी अंतरा संपवून आलापी सुरू झाली. एकेकाची पाळी. बांधलेला आलाप, बांधलेल्या ताना, ते गाणाऱ्या छोट्या छोट्या फ्रॉकमधल्या मुली, छोटी मुलं. हेच गाणे पुढे विस्तारेल. सुरुवातीचे बांधलेपण जाऊन स्वर फोफावतील. आपली आपली जागा घेतील... देवीला भरून आल्यासारखे झाले. ती निघाली तेव्हा साडेआठ-पावणेनऊ होत होते.

"इतका वेळ थांबलीस पण जेवत नाहीस. शशी वाट पाहील का?"

"वाट बघणार नाही. एखादे वेळेस आलाही नसेल. जनाने स्वयंपाक केला असेलच."

"जयचे कसे सुरू आहे?"

"चाचपडणे संपले नाही अजून."

"जय हा विषय तुमच्यामध्ये सतत धुमसत असतो नाही!"

"हो, पण तोच आम्हाला घडवत असेल; म्हणजे आपापल्या परीनं जगायला कारण पुरवत असेल कदाचित."

"म्हणजे देवी?" अंजली न समजून म्हणाली.

"काही नाही गं! असंच म्हणाले. चल ऑटोपर्यंत जरा." देवीनं विषय बदलला.

प्रिय....

माहीत नाही. थंडीचे किती ऋतू पालटले. पानं पलटावीत तितक्या सहजतेनं. न जाणवू देता. एक की दोन? पलटणे हा शब्द दादांचा. त्यांच्या सारखा तोंडात होता. तुला दादा आठवायला हवेत. तू काही पार लहान नव्हतास. त्यांची ती व्हायब्रेशनची थिअरी लागू पडत असेल, तर तीच सगळी कंपनं. तुझ्यात नि माझ्यात जी दुखरी नस सतत तडकत असते, ती दादांनीच दिली. तर पलटणे हा त्यांचा शब्द. पार पाडणे, संपणे, उलटणे, व्यतीत होणे; किती पर्यायी शब्द! पण

पलटणेचा सेन्स फक्त त्याच्यातच. त्या सगळ्या पलटलेल्या काळावर उमटलेल्या रेघोट्यांसह तो शब्द येतो. परवा रशीदखानचं गाणं झालं. छान रंग जमला होता. आज राधा ब्रिजको चली, ही भैरवी तर... या मुसलमानांनी गाण्याची कला सर्वार्थानं जिवंत ठेवली. कुठनं काय काय घेतले नि आपले केले. कुठला कडवा अभिमान धरला नाही. अब्दुल करीम खानसाहेब गोपाला मेरी करुणा, असंच आपलं करून म्हणायचे. हा गोपाल हे ब्रिज तर आपलेच होते नं? खास आपले...

शशीला आता तिची डायरी वाचण्याचा जरा कंटाळा आला. इतक्यात तो यायलाच लागला. पूर्वीची उत्सुकता संपली आणि देवीच्या चोरून आपण वाचतो आहोत, यातली अपराधी भावनाही उरली नाही.

आज मिहिरचा ताप साडेनव्याण्णवच्या वर चढला नाही. गेले आठ दिवस सतत ताप होता. दोन तीन असा. देवयानीला कळलं तेव्हा त्याला घरीच घेऊन आली. ताप उतरत नव्हता तर सगळ्या टेस्ट केल्या. धावपळ केली. मिहिरच्या आईलाही कळवले नाही. तसं काळजीचं कारण नव्हतं. फक्त ताप उतरत नव्हता आणि अखेर तो उतरलाही. व्हायरल फीव्हर साधा– आज तोही उतरला–

“उद्या पूर्ण नॉर्मल येईल.” देवयानी थर्मामीटर झटकत म्हणाली.

“किती त्रास घेतला मामी!” मिहिर म्हणाला.

“कसला त्रास रे! अरे कुणी करणार असलं की आजारी पडायला मजा येते. मला फार आवडायचं लहानपणी ताप यायला. छान गरम गरम वाटायचे डोळे मिटून मस्त पडायचं. आई जिऱ्याच्या फोडणीच्या तुपातल्या लाह्या करायची...”

“हं छानच लागतात त्या.”

“आता जॉईन व्हायची घाई करू नको. हवं तर घरी ये जाऊन. उर्मिलाला बरं वाटेल. ड्रायव्हर सोडून देईल.”

मिहिर हसला, मामांना असं काही आवडत नाही अशासारखं. ते ओळखून देवयानी म्हणाली,

“हो शशीला नाही आवडणार. एखादेवेळेस आपली नाराजी स्पष्ट बोलूनही दाखवेल. पण तरीही...”

“तुम्ही मला इथं आणलेलंही मामांना विशेष नाही आवडलं.”

“तुझ्या मामांना आवडतील अशाच सगळ्या गोष्टी करायच्या असं बंधन तर तुझ्या मामांनी माझ्यावरही कधी घातलं नाही.”

ती हसत हसत म्हणाली. मग जरावेळाने त्याला मोसंबीचा रस देताना तेच बोलण्याचं टोक पकडून म्हणाली,

“खरं म्हणजे तू इथून बाहेर जायला हवं. शशीची ही फॅक्टरी... इथला वीतभर

अनुभव. याबाहेर पुष्कळ वेगळं जग आहे विस्तारलेलं.''

''म्हणजे तुम्ही मला चक्क जायला सांगताहात!'' मिहिर काहीसा गमतीनं म्हणाला.

''मी शशीलाही पूर्वी सांगितलं होतं. तो त्याच्या वडिलांच्या जागी आला तेव्हा. म्हटलं स्वत:चे साचे पडू देऊ नको.''

''मग ऐकून घेतलं का मामांनी?''

''अरे त्यावेळी तरुण होतो आम्ही. बायकोचं नुसतं ऐकून घेऊन आणि नंतर आपल्या मनचंच करण्यातही त्याला मजा यायची.''

मिहीर खळखळून हसला. तीही. मग हसता हसता म्हणाला, ''जयला म्हणूनच पाठवलं?''

''जयला मी पाठवलं नाही मिहीर. पण शशीच्या विरोधाची धार थोडी कमी करून पाहिली.'' ती म्हणाली. पण तिचा चेहरा काहीसा उतरला होता.

...मग ताप पूर्णपणे उतरल्यावर मिहीर जेव्हा खरंच आईकडे जायला निघाला, तेव्हा त्याच्याबरोबर उर्मिलासाठी काही बाही देताना देवयानी म्हणाली,

''आजारी होऊन का होईना, पण तू चार दिवस होतास तर मला बरं वाटलं रे. आपण किती बोललो, गप्पा केल्या. या दिवसांत माहितीय, मी माझी डायरीसुद्धा नाही लिहिली!''

''तुम्ही चला न मग दोन दिवस!''

''नाही रे, शशी एकटा पडतो मग– पुन्हा कधी...'' देवयानी म्हणाली.

''मामी, तुम्हाला नाही का कधी यातून बाहेर पडावंसं वाटत?'' मिहीरने विचारलं तेव्हा देवयानीने त्याच्याकडे पाहिलं... थोडावेळ काही बोलली नाही. मग म्हणाली,

''नेहमीच वाटतं. खरं तर असं सुटून बाहेर पडण्यातच खरी मजा आहे...'' बोलता बोलता ती थांबली... वाटलं, बाहेर पडून पाहिलं तेव्हाच तर कळलं की असं बाहेर, आपल्या बाहेर कुठे काय असतं! जे काय आहे ते माझ्या आतच तर आहे. कुणाशी त्याचा संवाद जुळो न जुळो...

मिहीरने तिच्याकडे पाहिलं. ती काही बोलेल म्हणून वाट पाहिली. पण ती आता खिडकीतून बाहेर दूर पाहत होती.

किती दिवसांत, दिवसांत काय या संपूर्ण वर्षात जयचे पत्र नव्हते. फोन नव्हता. तो मध्येच उगवायचा तसा येऊन टपकलाही नाही. मुंबईचा माणूस रात्री उशिराने घरी परतेल म्हणून जय राहत होता त्या जवळचा एक फोन नंबर त्याने देऊन ठेवला होता. तिथेही उशिरानं फोन करून पाहिला देवीने! कुठल्या अपरिचित

कोरड्या आवाजाने सांगितलं Now he is not here with us. कुठे काय ते त्याला माहीत नव्हतं. ते माहीत करून घेण्याची त्याला गरजही नव्हती, असा त्याचा स्वर होता. देवी फोन बंद करून तशीच उभी राहिली. जयइतकाच तर असेल, तो मुलगा कोवळा तरुण, झेप घेऊ पाहणारा! मग आवाज इतका कोरडा रुक्ष! आता एक तो नसेल, राहत त्याच्यासोबत; पण केव्हातरी तुम्ही सोबतच असाल नं? तिनं झोपायला म्हणून दिवा विझवला, तेव्हा शशीनं विचारलंच,

"जयला फोन केलास?"

"हो, भेटला नाही, तिथे राहत नाही म्हणे तो आता. पत्ताच नसेल स्वत:चा धड तर तर काय कळवणार?" देवी म्हणाली.

मिहिरच पत्रं होतं. न्यूजर्सीहून लिहिलेलं. मागच्या वर्षी त्यानं शशीची फॅक्टरी सोडली. बंगलोरला गेला. तिथून सहा-सात महिन्यांत अमेरिका गाठली. तिथून आता त्याचं हे पत्र तिला लिहिलेलं. बरंचसं तिकडचं लिहून मग शेवटी त्यानं लिहिलं होतं... आज जिथं आहे तिथून मागं वळून पाहिलं, तर तुम्हीच दिसता. तुम्ही आणि मामा. मामांची कामाची शिस्त, परखडपणा, नात्याचाही बडिवार न मानणं या सगळ्यांनी मी शिकत गेलो; पण मामी, तुम्ही मात्र मला रूट्सच दिले. मी व्हायरल फीव्हरने निजून होतो. तुम्ही माझ्या घरी येऊन मला घरी घेऊन गेला. ताप उतरेतो उशापायथ्याला होतात. त्या वेळी तुमच्या बोलण्यानं मला तिथून बाहेर पडण्याचं बळ दिलं. बंगलोरला गेलो तेव्हाच कळलं, की किती छोट्या सर्कलमध्ये अडकलो होतो... जयलाही तुम्ही हे सगळं दिलं आहे; पण मध्ये मुंबईला मीटिंग होती, फोर्टमध्ये मला जय भेटला. ही वॉज जस्ट वाँडरिंग... बरोबर कुणी मुलगीही होती. मला टाळत होता; पण मीच घुसलो मागे. पिक्चरमध्ये म्युझिक देणार आहे म्हणाला. काही टीव्ही सिरियल्सचंही सुरू होतं म्हणे. शब्द उत्साही होते; पण रया पार गेली होती. घरी परत जा, हे सांगावंसं वाटलं; पण तो अधिकार मला नाही म्हणून बोललो नाही. त्या मुलीला न समजेल अशा तऱ्हेनं त्यानं मला पैसे मागितले. जवळ होते ते सगळे दिले. हॉटेलमध्ये उतरलो होतो तिथे ये म्हणालो. अजून देता आले असते; पण तो आला नाही. ते सगळं फार पेनफुल होतं. तुम्ही मुंबईला मला सी ऑफ करायला आला होतात, तेव्हा सांगावंसं वाटलं; पण आईबाबांसमोर मी ते टाळलं...

देवीनं ते पत्रं शशीला दाखवलं नाही. त्या दिवशी तो रात्री बराच उशीरानं आला. दहा होऊन गेले होते. थकलेला वाटला.

"बराच उशीर झाला." पानं घेत ती म्हणाली. "अं... जेवत नाही देवी. दोन तीनदा चहा झाला... थोडं खाणंही..." मग तिनं स्वत:चं पान वाढून घेतलं. तेव्हा

तो आश्चर्याने म्हणाला, "तू थांबली आहेस!"

"हं."

"मग थोडं खाईन तुझ्याबरोबर." त्यानं जेवताना पुन्हा विचारलं, "पण तू कशाला थांबलीस?"

ती एरवी असा उशीर झाला की जेवून घेत होती.

"आजकाल थांबावंसं वाटतं." ती म्हणाली. आजकाल म्हणजे मिहीर सोडून गेल्यापासून असं तिला अभिप्रेत होतं; पण तिनं ते म्हटलं नाही. मग शशी मधेच म्हणाला,

"नाही म्हटलं तरी मिहिर फॅक्टरीत माझा माणूस होता. आता कुणावरही तसा विश्वास टाकता येत नाही. जे येतात ते इथून जाण्याकरताच. फक्त आपण मात्र..." ती चपापली. तिने शशीकडे पाहिलं. ही फॅक्टरी हा काही त्याचा चॉईस नव्हता. त्याच्या पुढचेही सगळे वेगळे होते. पण वडिलांचीच फॅक्टरी म्हटल्यावर... देवीच्या आत खोल एकदम तुटलेच. शशी एका एकाकी अशा अपरिहार्यतेनं या त्याच्या फॅक्टरीशी बांधला गेला... इथेच कुठेतरी सगळे पाणी साचले गेलेय. तुंबले. कुठून तरी आलेला कचरा, गाळ... तिला एकदम भरून आले. त्याच्या हातावर तिने आपले ओठ ठेवले... हळूच... 'शशी' ती पुटपुटली. पण शशी स्तब्ध होता. शांतपणे तो उठला. हात धुताना म्हणाला,

"फॅक्टरीत मिहिरचं पत्र होतं... विसरलो आणायला."

"काय लिहिलंय!"

"जस्ट रूटीन... फॅक्टरीत मिळालेल्या अनुभवाबद्दल थँक्स वगैरे."

"इतकंच?" तिने पुन्हा विचारलं.

"हो आणखी काय असायचं!" तो विलक्षण रुक्षपणे म्हणाला. मग घरीही त्याचं पत्र आलं हे तिनं शशीला सांगितलंच नाही. मागचं आवरताना तिला वाटलं आपण म्हटलं आणि म्हणून मिहिर गेला, त्याला बळ मिळालं, हे ही चूकच. तो गेलाच असता. आपल्या म्हणण्यानं त्याला जरा सोपं गेलं असेल इतकंच! तिला काहीसं हलकं मोकळं वाटलं आणि यावेळी तिला जयचंही जाणं अगदी स्पष्ट दिसू शकलं... ती खोलीत येईतो शशीनं दिवा मालवून टाकला होता. पण तो जागाच होता.

या वर्षात तसंही जयचं नाव टीव्हीवर थोडं फार झळकू लागलं होतं. टीव्ही. सिरियलमध्ये टायटल साँग्ज, क्वचित पार्श्वसंगीत. एखाद-दुसऱ्या सिरियलमध्ये तो कामही करीत होता. सगळं अगदीच नगण्य नव्हतं. भर गर्दीत लक्ष वेधून घेईल इतकी पकड नसली, तरी क्वचित कुठे काहीतरी स्पर्श तर होत होताच. त्याचा

मागच्या वर्षातला दुरावाही संपला. फोन आले एक-दोनदा... स्वत:चा पत्ता नसलेले पत्रही आले. कदाचित तो लग्नही करणार होता. मुलीचा फोटोही त्याने पाठवला. मुलगी वाईट नव्हती. देवीचा आणि शशीचाही जीव तसा थाऱ्यावर आला.

आणि एक दिवस मे महिन्याच्या उन्हात दुपारी तीन वाजता तो अचानक दाराशी येऊन उभा राहिला. बरोबर एक मुलगी. हातात एक सुटकेस, एक हँडबॅग. ही ती मुलगी नसावी, त्याने पाठवलेल्या फोटोतली. पण हरकत नव्हती. तो किती दिवसांनी असा घरी परतत होता, तोही असा त्या मुलीसह. त्या मुलीसंबंधी एकदम कुठला तर्क करण्याआधी तिनं एकट्याला विचारलं.... "हीच ती मुलगी का? तू कळवलं होतंस..."

"न...नाही. ही-ही नेहा." तो गडबडून, सावरून घेत म्हणाला. शशी अस्वस्थ झाला. पण जयचे एक असे वेगळे जग असू शकते, हे मनोमन मान्य करीत तो जयशी बोलला. मिहिरच्या जाण्यानेही तो थोडा बदलत चालला होता.

रात्री जेवणानंतर मागचं आवरताना देवी गुणगुणत होती. तोच खमाज, तीच चीज... वेदपाठकसरांनी शिकवलेली. जय मागे येऊन उभा राहिला.

"काय म्हणतेस? कुठले स्वर?"

तिने सांगितले.

"खमाजची चीज तुला माहिती आहे. मोठ्याने म्हण नं!" ती हसली. ओले हात घेऊनच डायनिंग टेबलाशी बसली. वेदपाठकसरांची ती चीज त्यांनी शिकवलेल्या साऱ्या बारकाव्यांसह तिने म्हणून दाखवली. ती पोरगीही दाराशी येऊन उभी राहिली.

पनघट मुरलिया । बाजे सखी.. जयनं टेबलावर ताल धरला होता. देवीही रंगली. गाणे संपले. झुळझुळ यमुनेचा प्रवाह; घागरी पाण्यात बुडवताना थबकलेले हात, तिरप्या धरलेल्या घागरी, अनादिकालापासूनचा तो बासरीचा स्वर, यमुनेचे पाणीही कदाचित स्थिर झालेले... गोपीही स्तब्ध.. अंजली म्हणायची नेहमी ते गाणे... भुलविले वेणू नादे वेणू वाजविला गोविंदे... तृणचरे स्तब्ध जाहली, पुच्छ धरोनिया ठेली...

आणखीही असेच, याच अर्थाचे बरेच काही... हीच आर्त असलेले. दादा कविता म्हणायचे ती...

मातृस्तनींचा रस आननात
तो होय वेणू ध्वनी काननात
गळे गिळेना पाय वासुराते...

किती सगळे एकाला एक जोडून होते! मूळ स्रोत होता ती मुरली! एवढेसे बीज जमिनीत सांडले, की आजूबाजूला उगवून येते, आपापला जीवनांश घेऊन, तसे.

"हे तुला तुझ्या सरांनी शिकवले?" जय म्हणाला.

"हो."

"इतक्या वर्षांत तू काही विसरली नाहीस?"

"सर शिकवायचेच तसं. ख्याल असा भरायचे, की गाता-गाता मूर्त होत जायचा राग. त्याची एक रेकॉर्डही निघाली होती."

"आहे तुझ्याजवळ?"

"अंजलीकडे आहे."

"हा माणूस मुंबई-पुण्याकडे असता, तर गाजला असता. मला ही बंदिश करून दे रेकॉर्ड, तुझ्या आवाजात."

देवी हसली. वेदपाठकसरांना हा शब्द आवडला नसता. त्यांना गाजायचे, चमकायचे नव्हतेच.

"ते अंतर्बाह्य शिक्षक होते. शिकवणं हाच त्यांचा सूर होता. सगळ्या पसाऱ्यात त्यांना आपली जागा नेमकी कळली होती. आपल्या टीचभर जगण्यातूनही अनेक गोष्टी असतात आपल्या भोवती. पण आपल्याकरिता जे काही असते, ते राखायचे असते... सगळे मोह बाजूला सारून." ती जयकडे रोखून पाहत म्हणाली. जयने नजर चुकवली.

रात्री सगळे झोपले. देवी जागी होती, तर जय आला. घुटमळला. त्याला काही बोलायचे असल्यासारखा.

"काय रे?"

"काही नाही. मी परवा जातो."

"हो."

"मला... मला जरा पैसे हवे होते. तसे तू देशीलच; पण जास्त हवे होते. थोडी भांडी हवी. गॅसची शेगडी. तुझ्याकडे तीन-तीन आहेत..." तो बोलताना तिची नजर टाळत होता.

"संसार थाटतो आहेस?"

"हं."

"या मुलीशी?"

"अं... ते अजून ठरलं नाही." ती आश्चर्यानं पाह्यला लागली. काय ठरायचे आहे? मुलगी की लग्न? थोडा वेळ ती बोलूनच शकली नाही.

जरा वेळाने अतिशय संयमाने म्हणाली,

"जय, मी पैसे देऊ शकत नाही."

त्याने आश्चर्याने तिच्याकडे पाहिले.

"पैसे नाही आणि काहीच नाही."

"बाबा नाही म्हणतात?" त्याने कुत्सितपणे विचारले.

"बाबा हो-नाही म्हणण्याचा प्रश्नच नाही. मलाच द्यायचे नाहीत." तिच्या आवाजात कधी नव्हे तो एक कठोरपणा होता. का म्हणून विचारायची त्याची हिंमत झाली नाही.

"तू कुठल्याही परिस्थितीत या घराला..."

ती क्षणभर थांबली आणि श्वास सोडून म्हणाली,

"आणि मलाही सतत गृहीत धरावं, हे नको आहे मला. तुझ्यासारखी काही करायला म्हणून बाहेर पडलेली माणसं असे आधार मागत नसतात." जयने अविश्वासाने तिच्याकडे पाहिले. दोघांत एक नि:शब्द शांतताच मग भरून राहिली.

...ती मुलगी– नेहा– सूटकेस भरत होती.

"काय करतेस?" देवीने विचारले. ती दचकली. "काही नाही." म्हणाली.

"सामान भरतेस?" देवीने विचारले.

"अं..हो."

"उद्या जायचे..." देवी बोलणं मुद्दाम काढत होती.

"हो." ती म्हणाली. तुटकपणे. तिला बोलणं वाढवायचं नव्हतं.

"जय कुठं भेटला तुला?"

"एका टीव्ही सिरियलच्या संदर्भात भेटलो."

"जय आवडतो तुला?"

त्या मुलीला तो प्रश्न आवडला नसावा.

ती बोलली नाही.

"लग्न करणार आहात तुम्ही?"

"लग्न...!" ती आश्चर्याने म्हणाली, मान हलवून.

"तुझे आई-वडील काय करतात? त्यांना माहीत आहे, तू जयबरोबर इकडे आलीस ते?"

त्या मुलीला एकदम रागच आलेला दिसला.

पण ती म्हणाली, "नाही."

मग एक दिवसभर जयमध्ये आणि देवीत तणाव होता. बोलण्यात कधी नव्हे, तो औपचारिकपणा होता; पण सगळं त्या दोघांतच राहिलं. त्याच्या कपड्याचे बोळे मात्र तिने धुऊन इस्त्री करून त्याच्या सुटकेसवर ठेवून दिले. रात्रभर देवी थोडी शांतही झाली. इतकं अटीतटीला येऊ नये, असंही वाटलं, पण जय गेला त्या मुलीसह. जाणार होताच; पण न सांगता गेला. रात्रीची गाडी आहे म्हणाला आणि सगळे उठण्यापूर्वीच गेला. तोही एकटा नाही. देवीचा टेपरेकॉर्डर, कॅसेट, संगीताची पुस्तकं, घरातली कॅश, शशीचे भारी सूट घेऊन गेला. साधा नाही गेला; पळाला. कंबरच जावी तशी देवीनं बसकण मारली. घरापासून दूर जाण्याचा इतका असा सोपा

अर्थ उचलला याने. परवापासून गुणगुणत असलेला तो खमाज आणि याचे हे असले जाणे! सगळे त्याचेच तर होते! आपल्याच वस्तू कुणी चोरतं तेव्हा! देवीचा आज चालताना तोल जात होता. तिच्या वस्तूंच्या जागा रिकाम्या होत्या. पाहता-पाहता लक्षात आलं– तिच्या गेल्या वर्षांच्या डायऱ्या आणि संगीत रत्नाकरही तिथे नव्हता...

आता जयचा विषय दोघांनीही जाणीवपूर्वक आपसात बंद केला. त्याचा उच्चारच टाळायचे ठरवले. जे काय उद्रेक व्हायचे, ते एकेकाचे, एकेकट्याशी होऊ द्यायचे ठरवले. मग हळूहळू वागण्या-बोलण्यातला त्याबद्दलचा अवघडपणाही टाळता आला. कृत्रिम असते ते सहजसोपे तर नसतेच.

त्यानंतर अडीच-तीन महिन्यांनी देवी अचानक लंच अवरला अंजलीच्या ऑफिसात आली. फोन नाही. काही नाही. म्हणाली, "कुठं जेवायला जाऊ. मी न जेवताच आले." अंजलीनं तिच्याकडं पाहिलं. आता वादळ कोंदलं असेल; पण वरवर ती शांतच दिसली. तिची ती नेहमीची परिचित साडी, तोच चेहरा– नेहमी पाहत आलेला.

"इथं जवळपास चांगलं हॉटेल..."

"घरी..." अंजलीनं सुचवून पाहिलं.

"नको, घरी नको."

मग बसस्टँडजवळच्या एका टुकार हॉटेलात दोघी गेल्या. गर्दी होती. पण त्यांच्यासारखे खूप होते आणि कोणी कोणाला ओळखत नव्हतं. कोपऱ्यातलं टेबल पकडलं आणि पावसाला सुरवात झाली. फारसा वेगानं नाही; पण उन्हात मिसळलेला तो भुरभुर पाऊस दोघी पाहत राहिल्या. अंजलीनंच ऑर्डर दिली. खाऊन झालं.

"लस्सी मागवू? इथं चांगली मिळते." अंजली म्हणाली.

लस्सीचा ग्लास आला. मग देवीनं सुरुवात केली. जयचे तसे जाणे– तो सगळा अनुभव... सगळं सांगून झाल्यावर मग देवी म्हणाली,

"आम्हीच जणू एकमेकांचे अपराध केले आहेत, असे आम्ही घरात एकमेकांशी वागतो आहोत; संकोचानं. माहीत नाही– किती लहानसहान गोष्टी तुझ्याजवळ नेहमी सांगते. या वेळी हे तुझ्यापासूनही लपवून ठेवावंसं वाटलं. आज शशी दोन दिवसांकरिता मुंबईला गेला. एकमेकांसाठी करायची ती कसरत संपली एकदाची. तेव्हाच ठरवलं, तुला आज सांगायचं... ते न सांगण्याचाच मला त्रास होत होता!"

थोडा वेळ कुणीच बोललं नाही.

"एक मात्र सांगते– माझंच काही चुकलं, असं मात्र मला अगदी वाटत नाही. अशा लहान-मोठ्या अनेक थपडांच्या वेळी मला ते जसं लख्ख जाणवलं, तसं

आताही वाटतं...''

''मग तुला हे सहन करता येईल, हा काही डेड-एंड आहे, असं समजू नकोस... सगळी कॉम्प्लिकेशन्स पेलण्याइतका जय मॅच्युअर नाही.''

''आपल्यात- तुझ्यात-माझ्यात एक नॉस्टॅल्जिया सतत आहे. मी त्यातून पुष्कळदा बाहेर पडत नसेन. त्याची काच जयला पडू नये याची काळजी कदाचित मला घेता आली नसेल. त्यामुळे तो गोंधळला असेल, तर त्यातून निघेल बाहेर, असंच मला वाटलं आहे. कारण त्याच्याभोवती सगळं वेगळं आहे आणि ते तसंच असायलाही हवं, अंजली! पण या रस्त्यानं आपल्या आधी किती तरी जण गेलेले आहेत, हा संदर्भ कुणालाच तोडून टाकता येत नाही नं! सगळे संघर्ष यातूनच जन्म नाही का घेत? जय नेमकं हेच सोईस्करपणे विसरत असेल तर? आपण एखादी गोष्ट जिद्दीनं करतो तेव्हा ती का करतो, हे आपल्याला तर पुरतं कळलेलं असतं नं? आणि त्यात कुठलंही ग्लॅमर किंवा भव्यदिव्य वगैरे आपण तर कधी पाहत नाही नं?'' देवी थांबली.

अंजलीनं तिचा हात थोपटला. ती बोलली नाही. बाहेर पाऊस कोसळायला लागला होता.

अंजलीचा दुपारी फोन. देवी नुकतीच शाळेतून आली होती. जेवायचंही होतंच.

''काय करतेस?''

''काही नाही. आताच शाळेतून आले. जेवते आणि ताणून द्यायची ठरवते आहे.''

''ताणून द्यायला येतेस का माझ्याकडे?''

''आता?''

''जेवायलाही म्हटले असते; पण तुला भूक लागली असेल. मी आज लवकर आले ऑफिसमधून.''

''येते; पण थोडं मागं-पुढं चालेल नं?''

''तसं चालेल. पण भाई आला आहे. आता या घरासंबंधीच्या सगळ्या फॉरमॅलिटीज पूर्ण होतील. नवीन फ्लॅटचे काम सुरू होईल. म्हणून म्हटलं, एकदा ये...'' अंजलीच्या आवाजात ताण वाटला नाही. मग तीही मोकळेपणानं म्हणाली, ''मग त्याकरिता आताच उन्हात निघालं पाहिजे, असं नाही ना?''

''तसंच आहे. रात्र झाली की तू परतायची घाई करशील.''

''नाही करणार. शशीला घ्यायला बोलावते हवं तर...'' तिनं फोन ठेवला आणि शशीचा फोन... ''काय सुरू आहे?''

''काही नाही...''

ती परत काही बोलायच्या आधीच तो म्हणाला, "तीन-चार जण जेवायला घेऊन येऊ?"

"केव्हा?"

"रात्री साडेआठ-नऊ." तिनं क्षणभर विचार केला. शशी या काही वर्षांत कुणाला जेवायला घरी आणत नव्हता. बाहेरच घेऊन जायचा. तिला एकदम नाही म्हणवलंच नाही.

"काय करायचं सांग." ती एकदम म्हणाली आणि मनात आलेला छानसा मेनूही सुचवून पाहिला.

मग शशीही जरा सुखावून म्हणाला,

"त्रास तर नाही होणार?"

"नाही. पण मला दोन तासांकरिता गाडी पाठवतो का? मला थोडं काम आहे."

"अर्जंट?"

"हं, म्हणून तर गाडी मागते. पाचपर्यंत मी परतेन; आधीही येऊ शकते. तोवर जना तयारी करून ठेवेल. लांब जायचं आहे म्हणून..."

"अंजलीकडे?" त्यानं विचारलं. फोन झाल्यावर ती थोडा वेळ बसूनच राहिली. मिहिर सोडून गेल्यापासून तिच्यात नि शशीत एक तणाव होता. जयमुळेही असेल; पण तो जास्त अबोल, कुढा झाला होता. मिहिर अमेरिकेला गेला तेव्हा त्याला फार वाटलं, की जयही असा जाऊ शकत होता. अशी तुलना तिला पार ढोबळच वाटायची. नेहमी. तशीच या वेळीही वाटली, पण ती बोलली नव्हती. त्याला आवडेल असं बोलणं शक्य नव्हतं म्हणून तो अंतर्यामी दुखावला गेला होता. मग ती लहानशी बाब तिनं सोडूनच दिली. आणि तिच्या लक्षात आलं, हीच नाही, असे कितीतरी सोडून देणे तिला जमत चालले आहे. आता कितीतरी दिवसांनी... दिवसांनी का, वर्षांनी, तो कुणाला जेवायला घरी घेऊन येत होता.

अंजलीकडे ती पोचली. भाई जेवून झोपला होता.

"भाई केव्हा आला?"

"अगं, या वर्षात एक-दोन वेळा आला; आता फ्लॅट झाला की येईल पुन्हा त्या निमित्तानं."

अंजलीच्या बोलण्यात कुठला कडवटपणा नव्हता.

मग गप्पा करता-करता अंजली निजली होती, ती उठून बसली.

"आता हे घर नसणार. एक लहान फ्लॅटमध्ये मी तात्पुरती शिफ्ट होईन."

"माझ्याकडे ये..."

"मी नाही येत; पण तंबोरे, तबले, हार्मोनिअम... सगळी वाद्यं पाठवते. आणि

तुझ्याकडेच असू दे. मला वाटलं, की मी परत आणीन.''

''पण अंजली, तू काय करशील? घर होईतो वर्षही लागेल.''

''माझी सर्व्हिस आहे अजून!''

''पण या विद्यालयात तुझा जीव आहे.''

''तू कर सुरू.''

''मी?''

''का? अशक्य वाटतं?''

''पण अंजली, इतकी वर्षं...''

''आपण याला ऑब्शन देऊ. बघू, वर्षानंतर एखादे वेळी तूही म्हणशील, की मी याखेरीज काय करू म्हणून...'' अंजली हसत म्हणाली.

''अगं, भाईला काम होतं म्हणून मीही बुधवार बाजाराच्या रस्त्यानं गेले. भाईला म्हटलं गाडी वळव थोडी आत. तो कुरकुरतच होता. बाजाराचा दिवस होता. हीऽ गर्दी होती. अगं, चक्क ती म्युनिसिपालटीची शाळा तिथं होती. राजविलास टॉकीज, ती जुन्या पुस्तकांची रस्त्यावरती दुकानं.. सगळं होतं; पण ती विहीर नव्हती. तुमची चाळही नव्हती. तुझं घरही अर्थातच नव्हतं.''

''ते केव्हाच पाडलं, चाळीबरोबर. नंतर दादाच माझ्याकडे आले.''

''आपण खेळत होतो... त्या वेळी मला गाणं शिकणं म्हणजे शिक्षा वाटायची.''

''हो आणि सरांचे वर्ग चालू असत. तू आमच्याकडे जेवून-झोपून जायचीस. नऊ वाजले, की सर तुला घ्यायला यायचे. गाढ झोपेतून उठवायचे. सायकलवर तू पेंगतच बसायची. मागून सरांना घट्ट धरून...''

''हो गं. मलाही हे सगळं आठवलं त्या दिवशी... बदल तर होत असतातच, अन् व्हायलाही हवेत. पण काहीतरी असतंच, की जे अजिबात बदलतही नाही. हे जाणवलं नि मी शांतच होत गेले. भाईही बघ इतक्या लांब राहतो; इथं त्यालाही एक घर हवंच. आपल्या भूमीत. नाही! पुन्हा जवळच मी असेन..''

...शशी घरी येईतो तिचं सारं आटोपलं होतं. नेहमीसारखं अस्ताव्यस्त पसरलेलं घर आवरून ठेवलं होतं. ताजे फुललेले गुलाब हिरव्या पानांसकट फुलदाणीत लावलेले. जेवणाचा वास बाहेरपर्यंत आला. तेव्हा शशी खूषच झाला. तीही एकदम तयारच होऊन समोर आली. तेव्हा तो पाहतच राहिला. ही पांढरी, बारीक काठाची साडी. त्यावरील फुलं. आताशा कानाजवळचे केस बरेच पांढरे झाले आहेत. केस विरळही झालेत. वाचायचाच चष्मा होता; तो आता सततच लागतो. पूर्वी जरा अंगानं भरलेली... आता थोडी रोड झाली का?

''काय म्हणते मैत्रीण, वेळ पुरला का? लवकर यावं लागलं?''

''नाही, तसं काही नाही. लवकर आलास?''

"तुझं व्यवस्थित होत आलं की नाही बघायला थोडं आधी आलो. ते लोक येतील नऊपर्यंत."

"माझा विश्वास वाटला नाही?" ती थट्टेनं म्हणाली.

"थोडा अविश्वास पाहिजेच नं!"

"वा."

"त्याशिवाय तू अशी कधी सापडली नसतीस." तो तिच्याजवळ झुकून म्हणाला.

"जना आहे आत!" तिनं त्याला आवरलं, मग तो बुटासकटच आत आला, शीळ वाजवत भांड्यावरचं झाकण काढलं.

वास घेऊन पाहिला.

"शशी अन्नाचा वास नसतो घ्यायचा असा! मी तुला देते टेस्ट करायला!"

"काय, होतं वास घेतला तर?"

"अन्न महाग होतं आपल्याकरिता आणि बूट काढ." तिनं टोकलं.

रात्री अकरा-साडेअकराला सारे जेवून गेले. शशी निरोप द्यायला गाडीपर्यंत गेला; तो जयचा फोन. पूर्ण वर्षानंतर. तो तसा निघून गेल्याच्या पूर्ण वर्षानंतर. मध्ये लहानसं पत्र नाही, फोन, निरोप– काहीही नाही. जय बोलतो म्हटल्यावर तिनं जणू श्वास रोखून घेतला. दोघांमधलं सगळं काही संपून गेलं नव्हतंच. त्यानं चोरून का होईना; पण नेलेला संगीत रत्नाकर, तिच्या डायऱ्या, कॅसेट... आता हा इतक्या गॅपनंतरचा फोन... त्याला लागूनच असणार...

"आई, मी लग्न करतो आहे. रजिस्टर, परवा. खरं म्हणजे, तुम्ही... तू असायला हवं." फोनवर बोलतानाही तो सावध होता. ही बातमी फक्त जशी तिच्याकरताच होती.

"पण हे जरा थोडं घाईतच झालं..."

"अभिनंदन." ...'कुणाशी' तिचा शब्द ओठांत अडकला. कुणाशी हे त्यानं आपणहून सांगायचं आहे. तो ते सांगत नाही, म्हणजे त्या नावाला काही अर्थ नव्हता का?

"पार्टी बरी आहे. मी लग्नानंतर तिकडेच शिफ्ट होईन.."

म्हणजे, पार्टी आहे; तिला नाव नाही?

"काय करते? काय शिकलेली?"

"मी तिच्या ग्रुपमध्ये आहे. आवाज चांगला आहे तिचा. तुला आवडेल."

मध्ये एक गॅप– एक पोकळी.

"बेस्ट विशेष देत नाहीस?"

"वा! ऑल दी बेस्ट." ती म्हणाली. पण आतून काही उचंबळून आलं नाही.

"बाबांना देऊ?"

"नको. मी लग्न झाल्यावर फोन करीन तेव्हा..."

"तुझा फोन नंबर? पत्ता.." तिने विचारलं.

"कळवतो. लग्नाचा फोटो पाठवतो."

"नाव रे? कुणाची कोण?" तिचा प्रश्न राहिलाच. त्यानं फोन ठेवला. मागं शशी उभा होता. 'जयचा फोन?' त्यानं न बोलताच नजरेनं विचारलं.

'काय म्हणतो?' त्याला विचारायचं असावं.

"लग्न करतो आहे. रजिस्टर. परवा. कोण मुलगी ते नाही सांगितलं. सगळं सांगितलं; पण तेवढं मात्र विसरला." ती वरवर हसत म्हणाली. मुलीबद्दल बाकी सगळं सांगितलं. शशीशेजारी येऊन निजली. तिचा श्वास शशीला जाणवला. त्यानं तिच्या हातावर हात ठेवला.

आपलं लग्न झालं तेव्हा आपल्या नावाला एक स्वत:चा म्हणून अर्थ होता. त्या वयातही तो होता. फक्त आपल्याकरताच नाही; तो शशीकरताही होता. अशी ती मुलगी नसेल, तर तिचे नाव-गाव... मग काहीही असू शकतं. काय फरक पडतो.

"नेमका आजच जयचा फोन नसता आला, तरी चाललं असतं." तो म्हणाला. आज कितीतरी दिवसांनी तो उमलून येत होता.

"हो." तीही म्हणाली. उठून बसली– गुडघ्याभोवती दोन्ही हात लपेटून.

"काय गं?" शशी म्हणाला.

"शशी, आपल्या दोघांत खूप फरक आहे. दोघांची दोन टोकंच. मुळात आपल्या भूमिकाच भिन्न... नाही?"

शशी बोलला नाही.

"पण त्यामुळेच मी स्वत:ची स्वत:ला जास्त कळत, स्पष्ट होत गेले असेन आणि स्वत:करताही मी कधी निरर्थक नाही झाले..." बोलता-बोलता तिचा आवाज थरथरला. तिनं आपले दोन्ही हात त्याच्या गळ्यात टाकले... आवेगाने ती गदगदायला लागली.

दोन-तीन दिवसांनी जयनं फोटो पाठवला लग्नाचा. पत्ता नाही; पण फोटोच्या मागं तिचं-त्याचं नाव होतं. जय-चेतना, नाव चांगलं होतं. या नावाची मुलगी चांगली असू शकत होती. दृष्टी निबर वाटली. वय जास्त असावं. जयनं याही वेळी पत्ता देणं टाळलं होतं. पत्ता असता, तर लग्नाचं म्हणून काही पाठवता आलं असतं.. त्यानंतर त्यानं एका नाटकात किरकोळ भूमिका केल्याचं कळलं. ते नाटक इकडे येणार होते; पण त्याआधीच त्याचे प्रयोग थांबले. पण तो थांबला नव्हता. त्याचं काहीतरी सुरू होतं. तिला बरं वाटलं....

जयचा फोटो आला लग्नाचा. त्याच दिवशी मध्यरात्री अंजलीला हार्टअ‍ॅटॅक आला. जवळच्या फ्लॅटमधल्या कुणी हॉस्पिटलला पोचवले. अ‍ॅटॅक इतका जोराचा, की हॉस्पिटलला पोचेतोच ती गेली. देवीचा नंबर कुणाजवळही नव्हता. सकाळी देवीला फोन आला. एकटं जाण्याची हिंमतच होईना. शशीला घेऊनच ती गेली. भाईही नंतर मिळेल त्या फ्लाइटनं आला... म्हणाला,

"तिला या घरून जायचं नव्हतं. जन्मभर राहिली. तिथं गेली नाही. तात्पुरत्या भाड्याच्या घरात... भाई देवीजवळ रडला. भाईला देवीनं नेहमी दुरूनच पाहिलं. अनुभवलं. फारसा जवळ नव्हता तो. अंजलीचा मोठा भाई इतकाच होता तो. वयापेक्षाही दूरचे अंतर होते आणि आता तो तिच्याजवळ बहिणीकरिता रडत होता. देवीला त्याला कसं समजवावं ते कळेना.

"आता फ्लॅट वगैरेतला इंटरेस्टच गेला. आता शेजारी अंजलीचा फ्लॅट नसणार." तो म्हणाला. भाईला एअरपोर्टवर सोडून परतताना शशीनं विचारलं, "घरीच जायचं का?"

"का? कुठे जायचं आहे?"

"गेलो असतो." तो म्हणाला. अंजली गेल्यापासून शशी शक्यतो तिच्याबरोबर असतो. त्यानं तिला एकटं सोडलं नाही.

"आता घरीच जाऊ. पण शशी खरंच चार दिवस कुठंतरी जाऊन येऊ."

"कुठे?"

"ते ठरवता येईल."

"तू शाळेत जायला लाग. हळूहळू नॉर्मल होईल."

"शाळेत माझं तसंच मन रमत नाही आणि आता तर..."

"पण कुठल्याही गोष्टीला, पाठ फिरवणं हा कधीच पर्याय नसतो, देवी..." तिनं शशीकडे पाहिलं. नेहमीच आपल्या फॅक्टरीत बुडलेला, छोट्या-छोट्या गोष्टीशी कधी न थांबणारा शशी, अंजली गेल्यापासून सतत सोबत करतोय... खरंच, तो त्याच्या परीनं सगळ्याला सामोरा गेलाय. जय, मिहिर आणि तो स्वत: ...तिला देखील. तिला भरून आल्यासारखं झालं...

घरी आल्यावर तिच्या खोलीत अंजलीनं पाठवलेले तबले, तंबोरे दिसले. तिची हार्मोनियम दिसली. ड्रेस न बदलताच ती खाली बसली. खोक्यातून पेटी काढली. सरांना पेटीवर गाणं शिकवलेलं कधी नाही आवडलं. पेटी नवी होती.

बोटं फिरवली. बोटांना सवय नव्हती. ती अडखळत फिरली. स्थिर होता-होता हळूहळू सरावली. आपण तिलककामोदचे स्वर घेतोय, हे लक्षात आले. 'सूर संगत राग विद्या...' ती वाजवू लागली.

'....ताल मूल-धर्म राखिये...

संगत सो अक्षर सुध बानी...' या ओळी वाजवताना, गाताना सरांसारखाच दिसणारा अंजलीचा चेहरा समोर आला. या चीजेतील शब्दस्वरांचा स्वयंभू प्रकाश चेहऱ्यावर उमटून आलेला.. शुद्ध मुद्रा, शुद्ध वाणीने सिद्ध झालेला.. कलेच्या सगळ्या अंतरखुणाच जगत आलेली ही माणसं... वाजवताना अंजलीच्या अशा जाण्याचं दु:खही खोलवरच्या जखमेसारखं आत मुरत जात होतं का? न दिसणाऱ्या न कळणाऱ्या अदृश्य सूत्रासकट...!

पुन्हा थंडीचा नवा ऋतू. गडद, दाट थंडी. जरासं धुकंही. शनिवारी कुणीतरी पास आणून दिले. सांगितलं, "जयसाहेबांचा पिक्चर आहे पंचशीलला. उद्या सकाळी नऊला प्रीमियर शो. वर्मासाहेबांनी पास दिले आहेत."

जयचा पिक्चर! ती क्षणभर सैरभर झाली. मग भानावर येऊन विचारलं,

"कुणी? कुणी पास पाठवलेत?"

"वर्मासाहेबांनी." तिला नाव परिचित नव्हतं.

"जयसाहेबांचा तसा फोन होता." तिचा अजूनही प्रश्नार्थक चेहरा पाहून तो म्हणाला.

"तुम्ही?"

"मी वर्मासाहेबांकडे काम करतो." तो म्हणाला आणि निघून गेला. तिला पुष्कळ विचारायचं होत; पण ते फक्त निरोपच घेऊन येणाऱ्यासाठी नव्हतं. हे लक्षात घेऊन तिची तीच ओशाळली. मग शशी येण्याची वाट पाहत राहिली. अस्वस्थ, अधीर होऊन अंजलीचा फोन नंबर एकदम आठवला. तिच्या जुन्या घरातला.. ती असती, तर एक पास तिच्याहीकरता... त्याची गाडी फाटकाशी दिसली, तेव्हा ते ते पास हातात धरूनच ती समोर गेली...

...सकाळी नवाच्या आत ती शशीबरोबर पंचशीलला पोचली. जय-चेतना पिक्चर्सचं बॅनर झळकलं, तेव्हा तिनं शशीच्या हातावर हात ठेवला, तो एवढ्या थंडीतही घामेजला होता. कोपऱ्यात कुठं कुठं उमटत राहिलेल्या जयचा आता हा चित्रपट... श्रेय नामावली. जयचं संगीत. एक छोटीशी भूमिकाही होती त्याला. सहदिग्दर्शन त्याचंच. निर्माती होती चेतना... सुरुवातीला ज्ञानेश्वरीतल्या दोन ओळी...

देखे विश्वसंभ्रमा ऐसा । जो अमूर्ताचा कवडसा

तो जयाचिया प्रकाशा । पुरेचिना ।

ती थरथरली. दादा म्हणायचे जयला मांडीवर घेऊन... या ओळीपाठोपाठ चक्क खमाजचे स्वर आले; जसे ते वेदपाठक सरांच्या गायनशाळेतून यायचे. मग 'पनघट मुरलिया' व्हायोलिनवर. तिनं शशीचा हात घट्ट धरून ठेवला. नदीचा प्रवाह. नावेतून नायक पैलतीरावर जातो. नाव पलीकडल्या कुठल्या गावात पोचली आणि थोडा

वेळ सगळे ठीक सुरू असताना मग जे सुरू राहिले ते सगळे अगम्य होते. पार्श्वसंगीतही फार अस्थानी झाले. सुरवातीच्या प्राणतत्त्वाशी त्याचा काही संबंध उरला होता, तोही नंतर सुटला. त्या सिनेमात जय नव्हता; होता तो दुसरा कुणी जय. अनोळखीच. अनेक दिवसांची अनोळख तो मिटवेल असं वाटत असतानाच तो पार परका झाला. तिनं घट्ट धरलेला शशीचा हात सुटला. सिनेमा संपला. तिला ओळखणारं कुणी नसावं, असंच वाटलं. शशी मात्र थोडा रेंगाळला. त्याच्या मुलाचा पिक्चर, हे त्यानं एक-दोघांना सांगितलं. चेतना पिक्चर्समधली चेतना ही जयची बायको होती, हेही सांगितलं. पण गाडीत दोघं बोलली नाही.

"नॉट बॅड." त्यानं म्हणून पाहिलं.

ती काचेतून पलीकडे पाहत...

"जेवायला जायचं कुठं?" त्यानं विचारून पाहिलं.

"जनाला सांगून ठेवलं होतं. तिनं केलं असेल आणि घरीच जाऊ."

"रात्री येईल एखादे वेळी जयचा फोन..." तो म्हणाला, ती तरीही बोलली नाही. आणि फोनही आला नाही. त्या रात्री तर नाहीच आणि नंतरही नाही.

थंडीचा बहर सरला. हवेत हलकासा गारवा होता. शशी फॅक्टरीतून आला, तो देवी समोर दिसली नाही. आत तिची चाहूलही नव्हती. पण दारं सगळी उघडी होती. तो तिच्या खोलीत गेला. तंबोरा गवसणीतून काढला होता. तिची डायरी तिथेच उघडी पडली होती. आपण ती चोरून वाचत होतो, हेच या वेळी कसंतरी वाटलं त्याला. हवेचा एक झोत आला, तर तिची पानं कोरीच फडफडली. किती दिवस तिनं नव्हती लिहिली... स्वतःच स्वतःला सांगावं, स्वतःच स्वतःला लिहावं, तशी ती डायरीची पानं... न पाठवलेल्या पत्राची ती पानं- ते दोघांमधलं मौन- तो खिळल्यासारखा झाला. मागं लॉनवर पावलं वाजली. देवी पाठमोरी दिसली. शशी जवळ जाऊन बसला. तिच्या बाजूला लॉनवर एक खार होती आणि तपकिरी रंगाचा पक्षी. आत कबुतरी रंगाचे ठिपके. उडण्याच्याच बेतात होती. मग लक्षात आलं, की पक्षी दोन आहेत. एक फांदीवर... एक खाली जमिनीवर.

"केव्हा आलास?" देवीनं विचारलं.

"आताच. काय करत होतीस?"

"काही नाही. अरे, दोन वेगवेगळे विचार मनात आले."

"कोणते?"

"तुला जर तुझी लॉटरी लागलीच अखेर, तर या वेळी तू काय करशील?"

"शाब्बास! आणि दुसरा?"

"मी जर राजीनामा दिला, तर..."

"करण्यासारखं काही नाही असं तुझं नाहीच होणार.." तो एकदम मध्येच म्हणाला.

"पण मी राजीनामा देणार नाही, शशी.."

त्यानं तिच्याकडे पाहिलं. सौम्य नारिंगी प्रकाश तिच्याही चेहऱ्यावर पसरला होता. तो कबुतरी ठिपक्यांचा पक्षी त्या दोघांकडे पाहत किंचित थबकला आणि उडून झाडाच्या फांदीवर बसला. त्याच्या जोडीदारासोबत...

"निरर्थक निरुद्देश असं काही कशाला असेल? पण ते कळू नये, असंच काही असेल नाही!" ती शशीला म्हणाली. ती नेमकं कशाबद्दल म्हणते, ते त्याला नीट कळेना.

"शशी...? ती पुन्हा म्हणाली.

"काय गं?"

"अंजली म्हणाली होती, की सगळं बदलतं; पण काहीतरी असतंच, की जे बदलत नाही. खरं असेल नाही ते? पण ते कळायचीही एक वेळ असेल. प्रत्येकाची वेगवेगळी... पण त्यामुळेच तर आपापल्या जगण्यातून आपण भरून राहिलो... नाही तर एकेकटे, एकेका कोपऱ्यात उरलो असतो.... हो नं?"

ती काय म्हणत होती, ते सगळंच त्याला समजलं नाही. पण ती यावेळी त्याला अगम्य, अनोळखीही नाही वाटली. तो तिच्याजवळ सरकला. फांदीवरला तो पक्षीही आता उडून गेला. पाठोपाठ दुसराही. ती खारही तिथं नव्हती. एक सधन, गहिरा एकांतच तेवढा आता दोघांमध्ये भरून होता.

◉